फुलांचं ते आतून

फुलांच्यातून

(ललित लेखसंग्रह)

अनंत पुरुषोत्तम नानोटी

दिलीपराज प्रकाशन प्रा. लि.

२५१ क, शनिवार पेठ, पुणे - ४११०३०.

फुलायचं ते आतून / Phulayacha Te Atun

प्रकाशक
राजीव दत्तात्रय बर्वे,
मॅनेजिंग डायरेक्टर,
दिलीपराज प्रकाशन प्रा. लि.,
२५१ क, शनिवार पेठ,
पुणे - ४११ ०३०

© अनंत नानोटी
नागपूर

प्रकाशन दिनांक : १५ नोव्हेंबर २०१२

प्रकाशन क्रमांक : १९६९

ISBN : 978 - 81 - 7294 - 963 - 2

मुद्रक
Repro India Ltd, Mumbai.

टाईपसेटिंग
पितृछाया मुद्रणालय,
९०९, रविवार पेठ, पुणे - ४११ ००२

मुद्रितशोधन - मिलिंद बोरकर

मुखपृष्ठ - सागर नेने

'अंतर्यामीच्या जगण्यातून आतून फुलून एकदा तरी
इतरांसाठी जगूनबहर देणाऱ्यांना—'

मनोगत

फुलायचं ते आतून

फुलणं हे फुलणं असतं; त्यातही प्रकार असतात का? आतून फुलणं, बाहेरून फुलणं, मनानं फुलणं, चिंतनानं फुलणं, चेतना मिळाली की फुलणं-फुलण्याच्या अशा प्रक्रिया असू शकतात का? असा प्रश्न मनात नेहमी घोळत राहायचा. पण लक्षात आलं की, फुलणं ही परस्परपूरक प्रक्रिया आहे.

आतून फुलणं अनेकदा कणखर कातळासारखं अभेद्य असतं, तर कधी रौद्र-सुंदर असतं. एकदा का आतून फुलता आलं की, बाहेरून बहर हा येणारच. वास्तवातील आलेल्या चेतनेतून 'फुलायचं ते आतून' हा लेखसंग्रह शब्दबद्ध करत गेलो. खरं तर वाचकांनी दर गुरुवारी भरभरून दिलेल्या प्रतिसादानं कळलं की, वाचकांनीच मला फुलवलं! तेव्हाच मला कळू लागलं की, सोनपावलानं येणारा वारा पाकळीचं दार उघडतो; दुधावरची साय अतूट मायेनं दुधाला झाकते; गावात खेळणारी रानहिरवी मुलं गावाच्या झाडांतून उगवतात; हळव्या स्वप्नांच्या मूक भावना कळू लागतात; मोक्षाचा प्रकाश ओंजळीत दडलेला असतो... अशा अनेक बाबी उमगत गेल्या.

माणसाचं मन सतत बाह्य जगाचा वेध घेत असतं. या पुस्तकातून त्या पुस्तकातून, या प्रांतातून त्या प्रांतातून, या ना त्या माध्यमातून आपण बाहेरचंच आत घेत असतो. आतलं बाहेर कधी काढायचं? —हा प्रश्न नेहमी मनाला भेडसावत राहायचा. दै. सकाळच्या विदर्भ आवृत्तीचे संपादक श्रीपाद अपराजित यांनी स्तंभलेखनासाठी विचारणा केली आणि लगेच सुचलं— 'फुलायचं ते आतून.'

मातीत मिसळण्यापूर्वी झाडातून उगवता येणार नाही, हे पक्कं माहिती असल्यामुळे अंत:करणाच्या मातीला फुलोर देत, 'फुलायचं ते आतून' ठरवलं. आतून फुलत असताना बाहेरून बहर कसा आला, हे कळलंच नाही. स्वत:भोवती अन् उजेडाभोवती युगानुयुगे धावणारा प्रत्येक क्षण हा सृजनशील आहे. सारे सृजन नव्याचे अंकुरण घेऊन जन्माला येत असते. तरीसुद्धा माणसाला नवं हवं असतं. त्यासाठी तो प्रतीक्षा करतो नव्या कवडश्याची. चोखंदळ वाचकांनी उत्सुकतेनं, कलेच्या प्रेमानं, नव्यांची स्वप्नं हृदयात साठवून त्याला आणखीनच बहर दिला. किती तरी घटना शब्दशिल्पांनी पुढ्यात आणून ठेवल्यात. मित्रांच्या, वाचकांच्या, आप्तेष्टांच्या, नातेवाइकांच्या हृदयापर्यंत पोचलेलं हे लिखाण लेखनामागच्या निष्ठांचं, जीवनानुभवाचं सोनं करत गेलं. खूप खोल, आत साचलेलं बाहेर निघत गेलं. माझे वडील पुरुषोत्तम नानोटी यांनी या लेखनास खरी 'खतावणी' केली; परंतु पालवी फुटण्याच्या आतच, म्हणजे हे सदर सुरू असतानाच ते आमच्यातून निघून गेले. पण शिक्षणक्षेत्रातले, राजकारणातले, पत्रकारितेतले, काळ्या मातीत राबणारे तसेच वाचण्याचा व्यासंग जोपासणाऱ्या आया-बहिणी हे सगळे पाठीशी भक्कमरीत्या उभे राहिले आणि माझ्या लेखणीतलं ब्रह्मकमळ उमलत ठेवलं. हा फुलण्या-फुलवण्याचा प्रवाह वर्षभर सतत सुरू होता. सदर चालवताना धास्तीची गदा अभिव्यक्तीच्या छातीवर आरूढ व्हायची, परंतु माझी पत्नी श्वेता नव्यानं उमेद भरायची. आई, बहिणी प्रोत्साहन द्यायच्या. म्हणूनच या लेखांचा झरा मनामधून झरझरून वाहू लागला.

आज या लेखनाचा संग्रह वाचकांच्या हातात पुस्तकरूपानं देताना आनंद होत आहे. 'दिलीपराज प्रकाशन', पुणे यांनी या संकलनाचे पुस्तक प्रकाशित करण्याचे मनावर घेतले, त्यामुळे त्यांचे मनापासून आभार. तसेच 'सकाळ' वृत्तपत्राचे संपादक व सगळे सहकारी यांनी तगादा लावला नसता, तर माझ्या हातून लिखाण झाले नसते. त्यांचेदेखील आभार. वर्षभर फोन सतत खणखणत ठेवणाऱ्या, प्रतिक्रियांचा पाऊस पाडणाऱ्या वाचकांचे आभार.

हे पुस्तक अनेकांच्या फुलण्याच्या वाटा मोकळ्या करतील, ही अपेक्षा...

– अनंत नानोटी

अनुक्रमणिका

१. काँक्रीटच्या जंगलात आपलं बोन्साय होऊ द्यायचं नाही! ११

२. कुतूहलांना अखंड जागतं ठेवायचंय... १४

३. खाट १७

४. फेडून होतं ते कर्ज; कायम राहतं ते ऋण २०

५. अदृश्य जागा २३

६. घास २६

७. उरलेल्या ताराही तोडाव्यात का? २९

८. साधनेची स्पंदनं ३२

९. पीळ ३५

१०. सुई-धागा ३८

११. दिशा ४१

१२. जिज्ञासा ४४

१३. काळ्या पेन्सिलीची चंदेरी किनार... ४७

१४. का गा, कोठी? ५०

१५. रसवाला ५३

१६. बांबू ५६

१७. आंबील ५९

१८. धूर ६२

१९. हळव्या स्वप्नांच्या मूक भावना ६५

२०. खिराडी ६८

२१. नाम्या ७१

२२. घट डोईवर ७४

२३. 'नभा, तू उतरून ये' ७७
२४. कवडसा ८०
२५. घाम ८३
२६. नापासांची फौज तयार करणार काय? ८६
२७. शेताला सौभाग्याचं दान ८९
२८. वैष्णवांच्या संसाराचे तीर्थ ९२
२९. आबा म्हणतात म्हणून... ९५
३०. कर्तव्याची चिरफाड ९८
३१. क्रांतिदिनाला वंदे मातरम् १०१
३२. पुरुषोत्तम बाप १०४
३३. मातीमोल की मातीचं मोल? १०७
३४. पात्र ११०
३५. काला की कला? ११३
३६. 'बाबा, तुले बैलाईची शपथ!' ११६
३७. वझ्झरचा निर्झर ११९
३८. 'मॅडम, तुमचा पदर पकडू?' १२२
३९. धागे मानवी प्रयत्नांचे १२५
४०. समर्पणाच्या शमीपत्रांचा गंध १२८
४१. पिसासारखी हलकी झालेली दीक्षाभूमी १३१
४२. शब्दांपलीकडला संदेश १३४
४३. प्रकाशाचा शोध घेणाऱ्या वाती १३७
४४. सुना है, तेरे करम का कोई हिसाब नहीं १४०
४५. नवथर तुळस, बेजार मंजिरी १४३
४६. भ्रष्टाचारी जळू १४६
४७. डोळ्यांतून वाहणारे वात्सल्याचे अश्रू १४९
४८. तरुणाईच्या पावलांचे तळवे हळवे होतील काय १५२
४९. आत्यंतिक अनुकूलतेचे नवे चेहरे १५५
५०. मोक्षाच्या ओंजळीत दडलेला प्रकाश १५९

फुलायचं ते आतून

कॉंक्रीटच्या जंगलात आपलं बोन्साय होऊ द्यायचं नाही!

१

काळाच्या ओघात अंगण हरवलं खरं; परंतु त्या अंगणातील उभारलेल्या इमारतींच्या पायात संस्कारही गाडले गेलेत की काय? उजाडण्यापूर्वी घराला केरसुणी आणि अंगणाला फडा लागला की, दुष्ट प्रवृत्तींची धूळ उडून जात होती. शेणाच्या सड्यानं सुटलेल्या गंधानं अंगणातून घरातील मागच्या चुलीपर्यंत उत्साह संचारायचा. थेंबाथेंबांनी जोडलेली रांगोळी अंगणात वावरणाऱ्या प्रत्येक नात्याला जोडायची. जोंधळ्याचे दाणे टिपण्यासाठी आलेल्या अन् अंगणभर झालेल्या चिमण्या एखाद्या चाहुलीनं भुर्रकन् उडून जायच्या. घरातलं सौभाग्य माथ्यावर ठसठशीत टिळा लावून तुळशीला पाणी घालत, अंगणाच्या साक्षीनं सूर्याला सौभाग्याचं दान मागत असे. स्वत:च्या अंगावर गोंदणं करणारं अंगण आज हरवलंय. प्रत्येकाच्या पावलांनी स्वत:ला तुडवून घेणारं अंगण आज

हरवलंय. विटी-दांडूच्या गलीसाठी स्वत:ला खोदून घेणारं अंगण आज हरवलंय. गोखुरांनी उडवलेली धूळ आसमंतात उडवणारं अंगण आज हरवलंय. हातावर पोट असणाऱ्यांची उद्याची चिंता ऐकून घेणारं अंगण आज हरवलंय. ज्या अंगणात चांदण्या गस्त घालायच्या, ते अंगण आज हरवलंय. औदुंबर किंवा पिंपळाच्या छायेत मायेचा स्पर्श देणारं अंगण आज हरवलंय.

अंगणात अस्तित्व झंकारून टाकण्याची अनामिक शक्ती असते, याचादेखील आता विसर पडलाय. थंडीच्या दिवसांतला कोवळ्या उन्हाचा स्पर्श असो किंवा कोजागरीच्या शारदीय रात्रीतल्या दुधाळ चांदण्याचा मखमली स्पर्श असो; त्या स्पर्शातली संमोहकता खुणावणारं अंगण कुठं बरं गेलं असेल? ते दडलंय काँक्रीटच्या जंगलात. ते गाडलं गेलंय गुळगुळीत फ्लोरिंगच्या खाली. ते झाकलं गेलंय चकचकीत टाइल्सच्या खाली. आता अशा सिमेंट काँक्रीटच्या अंगणातून बियांना अंकुर केव्हा फुटेल? न सडणाऱ्या, न कुजणाऱ्या प्लॅस्टिकच्या युगात आता आतून बहर येईल? टीव्ही, संगणक, मोबाईल्स, आयपॉड्स, सीडी प्लेअर्स, एमपी थ्री, डीजे या सगळ्या घुटमळणाऱ्या किडींच्या प्रादुर्भावात जर चैतन्याला अंकुर फुटलेच; तर ते कायम राहतील का? घरातले आजी किंवा आजोबा तुळशीसमोर जळणाऱ्या दिव्याचा इवलासा प्रकाश घरात पेरण्याचा प्रयत्न करीत असत; परंतु आज त्या आजी किंवा आजोबांचा नातवाला दिलेला आवाज वृद्धाश्रमाच्या चार भिंतींत विरून जातो. त्यांनी दिलेल्या प्रकाशकिरणांच्या तिरीपीत आतून फुलायला कुणाजवळच सवड नाही; परंतु उच्चभ्रू लोकांच्या घरची भांडणं दाखविणाऱ्या टीव्ही सिरिअल्स बघण्यासाठी त्यांच्याजवळ रात्र जागेपर्यंत वेळ असतो.

हे सगळं जरी असलं, तरी दिवसभराचा सारा तणाव दूर करण्याची ऊर्जा साठविण्यासाठी आपल्याला आतून फुलावंच लागेल. आपल्यातल्या विवेकाला बहर येऊ द्यावाच लागेल. जनाबाईचं जातं हरवलं असलं तरी तिचे अभंग कायम आहेतच ना! मीराबाईची एकतारी हरवली असली, तरी तिची प्रेमभक्ती तर कायम आहेच ना! परमेश्वराचे चरण जरी नसले, तरी हृदयातली फुलं चरणांवर वाहण्याचा समर्पित भाव कायम आहेच ना! आतून फुलल्याशिवाय बाहेरून बहरण्याचा सोहळा पूर्णच होऊ शकत नाही.

काँक्रीटच्या जंगलात आपलं बोन्साय होऊ द्यायचं नसेल, तर गुळगुळीत फ्लोरिंगला पोखरूनही आपल्याला उगवता येईल. पासबुकाचं ऐश्वर्य वाढवता-वाढवता आतून फुलणारे रकाने रिक्त राहायला नकोत. काँक्रीट आणि प्लॅस्टिकच्या

युगात संवेदनांचे मजबूत पूल बांधून त्याखालून अविचारांचा गाळ वाहू द्यावा लागेल, प्रगल्भ विचारांची गतिमान वाहने त्या पुलावरून हाकावी लागतील; तेव्हाच खऱ्या अर्थानं आतून फुलणं होईल.

**

कुतूहलांना अखंड जागतं ठेवायचंय...

२

मनाची खोली (रूम) — कंसामध्ये मुद्दाम रूम लिहावं लागलं. कारण आजकाल खोली समजत नाही; 'रूम' समजते. ती खोली अंधारलेली आहे, असंच प्रत्येकाला वाटतं. कारण, आपल्याच मनासारखं झालं पाहिजे, असं प्रत्येकाला वाटतं. प्रत्येक बाब मनासारखी होत नाही, हे कळूनसुद्धा एखाद्या बाबीच्या हळव्या पाशामध्ये मन गुंतून पडतं. मनामध्ये स्वार्थ इतका ठासून भरलेला असतो की, त्यामुळे सौंदर्य नवतेत आहे याचा विसरच पडतो. सृष्टी अखंड उमलते आहे. तिची खोली (रूम) काळ्या मातीची जरी असली तरी ती उमलण्याशी नातं जोडून ठेवते. आज नातं जोडणं संपलेलं आहे, कारण मनाची खोली अंधारलेली आहे. मनातले उमाळे नितांत सुंदर असतात, पण त्या अंधाऱ्या खोलीत ते उमाळे बऱ्याचदा विरून जातात. मनातला प्रत्येक गहिवर हवाहवासा वाटतो.

कारण विश्वातल्या प्रत्येक गोष्टीविषयी, भौतिक सुखसोईंविषयी, समोर घडणाऱ्या अगदी प्रत्येक हालचालीबद्दल तो गहिवर पराकोटीचा उत्सुक असतो. परंतु, आतून फुलणं सोडल्यामुळे त्या अंधाऱ्या खोलीत आपल्याला प्रकाश पेरता येत नाही.

मातीवर पडलेला पाण्याचा प्रत्येक थेंब एक उबदार सुगंध देऊन जातो. किती हवाहवासा गंध! कोणत्याही 'परफ्युम'च्या दुकानातून न मिळणारा गंध! हा सुगंध असतो तिच्यात क्षणोक्षणी घडणाऱ्या आतून फुलायच्या प्रक्रियेचा! मनात मशागतीसाठी असेच पाण्याचे उबदार थेंब जर रुजण्यासाठी टाकले, तर मनगंध दरवळणार नाही का? कुठलीही पाऊलवाट अंधारी राहू नये, म्हणून सृष्टीने सूर्य पेरला; तो रोज उगवतो. कुतूहलाच्या पाऊलवाटेनं मन समृद्ध करणाऱ्या तरल वळणावर मनाच्या अंधाऱ्या खोलीत आपण काय पेरलं? आपल्याला सूर्य पेरता येत नाही; मान्य आहे. सूर्याची किरणं होता येत नाही, हेही मान्य आहे. परंतु, आपल्या अंधाऱ्या खोलीत काजवा तर होता येईल? नाही तर म्हणावं लागेल,

'अंधाऱ्या खोलीत माझ्या
मी काजवा झालोच नाही
मी माझा म्हणून आत
कधी प्रवेश केलाच नाही'

अंधाऱ्या खोलीतल्या कुतूहलांना अखंड जागतं ठेवण्याची शक्ती मनाच्या खोलीत दडलेली आहे. कुठल्या तरी मंगल घटनेत, कुठल्या तरी सकारात्मक भूमिकेत, सत्याच्या मार्गात, दगडाच्या देवापेक्षा माणसांतले देव शोधण्यात मनाची ऊर्जा प्रकाशाकडे जागती ठेवण्याचं मनाचं कौशल्य अपरंपार राहील. मान्य आहे की, गल्लीतले, बोळातले, वाड्यातले, चाळीतले मनाला बहर येणारे दिवस संपलेत; आतून फुलून बाहेरून बहर देणारे संदर्भ हरवलेत. मुले पोपटपंचीच्या पाठांतरानं आपली इयत्ता वर चढू लागलेत. नवनिर्मितीपेक्षा डोळे बंद करून केलेल्या पाठांतरानं मुलं आपल्या मेंदूचा खकाणा करू लागलीत. गंज चढलेल्या आवरणाला सँड पेपरनं घासून चमकवायचं अन् 'नवं आहे, नवं आहे' म्हणत शेखी मिरवत फिरायचं; तसं जुन्या शिळ्या माहितीच्या नोट्सची पानं पाठ करवून-करवून अख्खी नवी पिढी बसल्याजागी उदास करून टाकायची. ते आतून फुलणं नव्हे.

खूप काही करायचं आहे, खूप काही करायचं आहे, असं म्हणत अत्यंत

जपल्या जाणाऱ्या मुलांना मनातल्या मनात म्हातारं करून टाकणं म्हणजे जीवनरस आटवून टाकणं नाही का? आणि जर का जीवनरसच आटला, तर जीवनसौंदर्य कसं बहरणार? कडक उन्हाळा पडल्यावर स्वत:ला वरपांगी उमलवून घेणारी ही काळी माती आतून पसरणाऱ्या नसानसांमधून पुन्हा उमलविण्याचा पाझर कायम ठेवतेच ना? विश्वातील सर्जनतेशी नातं जोडण्यात आतून फुलण्याचं रहस्य आहे, असं ती काळी माय शिकवून जाते. ती आपल्या धमन्या पाझरवून सौंदर्याचं बहरणं कायम ठेवते. सृष्टिनिर्माणकर्त्या त्या किमयागाराचे आम्हीसुद्धा भागीदार नाही का? का मग अंधारी खोली उजळायची? तर, आतल्या कुतूहलांना जागतं ठेवण्यासाठी.

***

खाट

३

भिंतीच्या कडेला उभी करून ठेवलेली खाट आजोबांनी अंगणात टाकली. पूर्वेकडून येणारं कोवळं पिवळं ऊन अंगावर घेण्याच्या उद्देशानं ते त्या खाटेवर बसले. खिशातून तंबाखूची डबी काढली; थोडा तंबाखू हातात घेऊन लगतच्या भिंतीवरचाच चुना अंगठ्याच्या नखानं ओरबडून तंबाखूत टाकला अन् घोटायला सुरुवात केली. डाव्या तळहातावर उजव्या बोटाच्या तर्जनीने चोळता- चोळता त्यांच्या असं लक्षात आलं की, खाटेची वीण एका ठिकाणी तुटलेली आहे. लगेच त्यांनी तंबाखूची भुकटी ओठांखाली दाबली आणि खाटेखाली उतरून तुटलेली वीण पुन्हा विणण्याचा प्रयत्न करू लागले.

घरातून कॉलेजला जाण्याकरता निघालेला त्यांचा नातू म्हणाला, "कशाला आबा त्या खाटेच्या मागे लागला आहात? पेटवून टाका ती चुलीत. आता नवा बेड किंवा नवा दिवाणाचा

जमाना आला आहे. काय त्या खाटेला घेऊन बसलात?'' तेवढ्यात आबा म्हणाले, ''नाही रे बेटा, खाट काही खराब झालेली नाही. बघतो विस्कटलेली वीण घट्ट होते काय ती!'' आजोबांचा नातू गाडी सुरू करून कॉलेजला निघून गेला. त्या वेळेला आजोबांच्या मनात आलं, 'वयाच्या कोवळेपणाचा उंबरठा पार करून ही मुलं जुन्या पिढीचं अस्तित्वही चुलीत टाकणार की काय?' आबांनी खाटेच्या लटकणाऱ्या दोरीची खाटेच्या ठावेला गाठ बांधली आणि पुन्हा त्या खाटेवर विराजमान झाले. 'आजचं ऊन किती मऊ वाटत आहे!' असं म्हणत त्यांनी उन्हाचा स्पर्श व्यक्त केला. उन्हाचं रूप तर त्यांना जाणवलंच, पण त्याचा स्पर्शही त्यांनी झेलला. नातवानं खाट चुलीत जाळण्याचा प्रस्ताव बोलून दाखवला, हे त्यांना कुणाला तरी सांगायचं होतं. त्या प्रस्तावाची चीड व्यक्त करायची होती. परंतु लगेच त्यांच्या मनात विचार आला की, कोवळं ऊन अंगावर झेलता येतं; तसे त्या नातवाचे कोवळे विचार आपण का नाही झेलू शकत? मी या खाटेच्या विणीसारखी नात्यांमधील वीण घट्ट विणलेली आहे. घरात दिवाण जरी आला तरी खाट मात्र चुलीत पेटणार नाही. आबांनी मनातला विचार काढून टाकला.

सगळी कामं आटोपून दुपारच्या वेळेस आबा परत खाटेवर येऊन बसले. हळूच पाय पसरले. आभाळाकडे पाहून म्हणाले, 'आता आकाश जांभई देत आहे!' दुपारचं आळसावलेपण त्यांनी त्यांच्या बोलप्रतिमेतून व्यक्त केलं. खाटेवर पहुडल्या-पहुडल्या त्यांची नजर दूरच्या पटांगणाकडे गेली. काही रानहिरवी मुलं तिथं खेळत होती. शाळेच्या मधल्या सुटीतलं त्यांचं हे खेळणं नित्याचंच होतं. मधल्या सुटीत काही मुलं जेवायला घरी जायची. घरी जाता-जाता सदा म्हणाला, ''काय आबा, आराम करणं चाललंय वाटतं?''

''हो रे सदा, माझ्यामागे तेवढंच काम आहे.''

''आबा, तुमच्या खाटेची झोळी फारच छान आहे. मी येऊ का त्या झोळीत?''

''सदा, तुझ्या शाळेला वेळ होईल. शाळा सुटली की संध्याकाळी ये हं माझ्या झोळीत.''

खाटेला झोळी म्हणणाऱ्या सदाकडे बघता-बघता आबांच्या पापण्या ओल्या झाल्या. आयुष्यात शरीराचं दान एखाद्या झोळीत पडत असेल, तर ती झोळी किती सक्षम असावी? सदानं आबांच्या खाटेला झोळी संबोधून त्याच्यातल्या दडलेल्या अभिजात प्रतिभेतून माणूसपण बहरवलं. घरात नको असलेल्या खाटेची

त्यानं झोळी करावी! त्याच्या या कल्पनेचा बहर आबांना सुखावून गेला. सैल झालेल्या खाटेच्या विणीनं त्यांचं ओझं स्वत:च्या झोळीत घेतलं होतं. इकडे खाटेची वीण ओझं झेलू पाहत होती आणि तिकडे घरातल्या प्रेमाची वीण सैल होऊ पाहत होती. शेजारच्या सदानं मात्र दिलेल्या खाटेच्या झोळीचा आधार आबांच्या जगण्याला बहर देऊन गेला.

आतून फुललं की, एखादी वागणूक किंवा एखादा शब्ददेखील बाहेरून बहर देऊन जातो. हा बहर प्रत्येकात असतोच; आपण आपल्या बुद्धिमत्तेच्या व्यर्थ कसोट्यांनी त्या बहराचा शिशिर करतो. आपल्या नातवानं आपल्या खाटेला चुलीची दिशा दाखविली होती; शेजारच्या सदानं मात्र त्या खाटेची झोळी केली. आयुष्याच्या शेवटी मात्र प्रत्येकाची झोळी रिक्त राहते, हे तेवढंच खरं.

***

फेडून होतं ते कर्ज; कायम राहतं ते ऋण

४

माणसाच्या आर्त जीवातील जगणं जाणणाऱ्या संवेदना जेव्हा फाटक्या झोळीतूनही बाहेर पडतात; तेव्हा असं वाटतं की, अहंकाराचे पाश इथे तरी गळून पडावेत. ओ. पी. मिश्रासारखी एक ऑटोरिक्षा चालविणारी परप्रांतीय व्यक्ती स्वतः एक वेदनेचं गाठोडं असताना आतून फुलते अन् दुसऱ्यांना प्रकाश देऊन जाते. स्वतःच्या घरून निघाला असताना पागलखान्यासमोर त्याला एक स्त्री हात दाखवते, "भय्या, हमे प्रतापनगर देवी मंदिर के सामने जाना है. क्या लोगे?"

"शंभर रुपये घेईन."

"भय्या, थोडं कमी करा ना— फार होतात शंभर रुपये."

ऑटो सत्तर रुपयांत ठरवला जातो. काही वर्षांआधी कोणत्या तरी आघातामुळे पागलखान्यात ठेवलेल्या आपल्या

लेकीला एक आई पॅरोलवर सुटी झाल्यामुळे श्रीकृष्ण शांतिनिकेतनात ठेवायला घेऊन जात असते. भूतकाळातल्या दुभंगलेपणानं आपला आनंद नासवलेल्या त्या वेडीला स्वीकारण्याचं धाडस एका कुटुंबानं केलेलं असतं. या कुटुंबाचं श्रीकृष्ण शांतिनिकेतन म्हणजे मतिमंदांचं, निराश्रितांचं एक माहेरघर. ऑटो देवीच्या मंदिरासमोर येऊन थांबतो. तिथे वेडसर मुलीची बहीण आणि त्यांचा स्नेही वाट पाहत उभे असतात. त्या स्नेहीला शांतिनिकेतनचा पत्ता माहिती असल्यामुळे केलेली ती सोय असते. पुन्हा पुढच्या अंतराचं भाडं ऑटोवाल्यासोबत ठरवलं जातं.

"साहेब, जाण्या-येण्याचे तीनशे रुपये लागतील. देवीचं मंदिर सांगितल्यामुळे शंभर रुपयांच्या ऐवजी सत्तर रुपयांत तयार झालो. आता मात्र तीनशे रुपयांपेक्षा एकही रुपया कमी करणार नाही."

"बरं बाबा, चल एकदाचा." ऑटो पुढे जाऊ लागल्यावर काही अंतरावर त्या स्नेह्याला एक पकोडेवाला दिसतो. शांतिनिकेतनात असलेल्या इतर मतिमंदांसाठी पकोडे खायला घेऊन जाऊ या, हा विचार त्याच्या मनात येतो. गरम पकोडे बाहेर निघण्यासाठी ऑटोवाल्याला पुन्हा पंधरा मिनिटे थांबावं लागतं. शांतिनिकेतनात पोचता-पोचता अंधार पडतो. वेडसर मुलगी, तिची आई आणि तिच्या दोन बहिणी पक्की वाट नसलेल्या प्रज्ञेच्या घरात जातात. स्नेही ऑटोवाल्याला आग्रह करतो. ऑटोवाला नाही म्हणत असतानाच स्नेही त्याला जबरदस्तीने घेऊन जातो. तिशी पार केलेल्या पोरी कावऱ्याबावऱ्या डोळ्यांनी, भुकेल्या उत्सुकतेनं जोरात ओरडतात,

"मॅडम, सर आले... आणखी बायाही आल्यात!" स्नेहीने आणलेले पकोडे सगळे जण खातात. स्नेहीसोबत चर्चेत रंगलेल्या ऑटोवाल्याच्या मनात कुतूहलाचं काहूर संचारत असतं. ओघानं येणाऱ्या संदर्भानुसार स्मरणप्रदेशात रमणं ठीक आहे. पण श्वास वर्तमानात घ्यायचा असतो. भूतकाळात रमलेलं दुभंगलेपणाचं मन एकाग्र करून आनंद द्यायचा असतो. हे त्या ऑटोवाल्याच्या एका वाक्यातून कळून जातं. तो म्हणतो, "साहेब, देवी का दर्शन होगा इस हिसाब से मै निकला... लेकिन यहाँ तो मुझे साक्षात देवी मिली. सर, मुझे मेरे तीन सौ रुपये दे दो. मुझे जाना है."

स्नेही म्हणाला, "भैया, या वेडसर मुलीला इथे ठेवायचं आहे. परंतु या दोघींना पुन्हा मंदिरासमोर सोडायचं आहे, असं ठरलं आहे ना?"

"होय, ठरलं आहे. तरीपण मला माझे तीनशे रुपये देऊन टाका."

स्नेहीनं खिशातून तीनशे रुपये काढून दिल्यावर ऑटोवाल्यानं काय केलं, तर ते प्रज्ञेच्या हातात देऊन साष्टांग नमस्कार केला. दिवसभराची कमाई देऊन टाकणाऱ्या ऑटोवाल्यानं प्रज्ञाताईला आणखी स्फुरण दिलं. मरण जवळ आल्यावर जगायला सुरुवात करण्यापेक्षा वृत्ती ताज्या, संवेदनशील असताना आतून फुलायचं भान आलं; तर कलियुगातही आपण एक प्रकाशकिरण पेरू शकतो, हे ऑटोवाल्यानं दाखवून दिलं होतं.

स्नेही अर्थात माझ्यातला अहंकार गळून पडला होता. इतकी दानत असलेला माणूस माझ्या पाहण्यात नव्हता. आपली तीव्र भावना मिसळली की, पैशाचं मोल अनमोल होतं. तेव्हा कळतं—फेडून होतं ते कर्ज, पण कायम राहतं ते ऋण. समर्पणातली अलिप्तता जपणारा ऑटोवाला आतून फुलतो आणि फाटक्या झोळीतलं दान देऊन जगण्याचा महोत्सव कसा साजरा करायचा, हे शिकवून जातो.

***

अदृश्य जागा

५

जाग आणि जागा, या दोन बाबींमध्ये एका मात्रेचा फरक जरी असला, तरी जाग आल्याशिवाय जागा कळत नाही. मात्र, जाग येण्यासाठी सोंग पांघरून झोपायला नको; जाग खरीखुरी यायला हवी, तेव्हाच खऱ्या जागा कळतात. जागा शोधता येते, जागा देता येते, जागा बळकावता येते, जागा भरता येते, जागा सोडता येते, जागा उकरता येते आणि जागा पेरतासुद्धा येते.

भूमिकेप्रमाणे आपली बदलती 'जागा' ओळखता आली की, गुंते कमी होतात. दिवसाच्या प्रत्येक घटकेला किती जागा बदलतो आपण! प्रत्येक प्रहरात कर्माच्या कवेत आपलं रूप बदलत असतं, हे आपल्याला कळतच नाही. दिवस ढळू लागला की, भूमिकांचे रंगही बदलतात. बऱ्याचदा प्रवासात एखादी व्यक्ती म्हणते, "अजी, जरा सरकता का जी?

इलूसी जागा देता का बसाले?'' त्या वेळेला त्या व्यक्तीकडे दुर्लक्ष केलं जातं किंवा त्याला लगेच उत्तर दिलं जातं, ''एवढ्या दुरून आम्ही प्रवास करतो आहोत; जागा नव्हती तर चढलेच कशाला बसमध्ये?'' हीच वेळ आपल्यावर एखाद्या वेळेस येऊ शकते, याचा विसर पडतो. आज बहुतांश लोक आपली 'जागा' ओळखून पुरेशा गांभीर्यानं वावरताना दिसतात. जागेअभावी वाढणाऱ्या वृक्षांच्या फांद्या छाटणारे हात वेगाने पसरत आहेत. झाड वाढण्यासाठी फांद्या छाटण्याच्या नादात, मूळ अंकुर खुडला गेला नाही, म्हणजे मिळवलं.

आपलं नेतृत्व किंवा आपल्या पदाची जागा टिकवून ठेवण्याचे चुकीचे संकेत रुजत आहेत. त्यातही आपल्याला आदरणीय वाटणारं ज्येष्ठ व्यक्तिमत्त्व आपली 'जागा' टिकवण्यात गुंतलेलं किंवा आसुसलेलं दिसतं. तेव्हा वाटतं, आपल्या अजोड नेतृत्वानं कालपटावर नाव कोरलेली ही व्यक्ती स्वत:च आपली प्रतिमा का पुसते आहे? समाज ज्यांना डोळ्यांची मंदिरं करून आदरानं पाहतो, ती थोर मंडळी कुठल्याशा लालसेनं स्वत:ची 'जागा' टिकविण्याच्याच नादात दिसतात. तेव्हा वाटतं, आयुष्याच्या कळसवळणावर छोट्याशा प्रसिद्धीच्या मोहापायी आजवरचं कर्तृत्व हादरणार की काय?

'जागा' बळकावणं सोपं आहे; पण 'जागा' देणं फार कठीण आहे. जर पृथ्वी निर्माण करणाऱ्या परमेश्वरालाच पृथ्वीवर जागा नाही; तर डोळ्यांतल्या अश्रूंची एक जागा श्रद्धेची आहे, त्या अश्रूंचं मोल करणाऱ्याला जागा कुठून मिळणार? इंटरव्ह्यूला गेलेला सर्वसाधारण घरातला मुलगा परत आल्यावर म्हणतो, 'पैशाने ती जागा भरली.' सतत बाह्यात जखडून ठेवणारे पैशाच्या गाठोड्याने आणि टेबलाखालच्या तंत्राने आयुष्य श्रीमंत करतात. त्यांच्या काळजाची 'जागा'च श्रीमंतीने ब्लॉक झाली म्हटल्यावर त्यांच्या काळजातले झरे कसे पाझरणार?

हे सगळं जरी असलं तरी आपल्या संयमाची जागा जर न ढळणारी असली, तर आतून फुलणाऱ्या स्पंदनांचा थरार त्या जागेला कंप देऊन जातो. आपल्या कर्तृत्वानं जागा पोखरता आली, तर त्या भूमिकेनं कष्टसाध्य जगता येतं. जागा आपल्याच विचारांची असली तरी उत्कंठा नवी असते. आपल्या घराची जागा कधी बदलते का? घर तेच असलं, दरवाजा तोच असला; तरी स्वागत नवं नको का? आपण आपल्या घराच्या अंगणाची जागा कधी शेवाळू देतो का? नाही नं? तसंच आपल्या आतून फुलणाऱ्या मनाचं अंगण का शेवाळू द्यायचं? तोल नाही का जाणार? मान्य आहे— जागेसाठी वाद होतात; परंतु

जगणं तरल करण्यासाठी जागेचं सामर्थ्य कळायला हवं. संवेदनांनी समृद्ध होणारी जागा माणूसपणाची असते. भावनांची जागा अश्रूंचं मोल जाणते. प्रेमाची जागा हृदयाचा ठाव घेते. तिरस्काराची जागा वैर निर्माण करते. संगीतातली जागा सम दाखवते. मात्र, आयुष्याची जागा काळच दाखवतो. जीवनप्रवाहात प्राणसरिता ओबडधोबड जागेवरून वाहत जात शेवटी काळाच्या समुद्रात मिसळते. काही जागा मात्र अदृश्य असतात.

आयुष्याच्या शेवटी जागा लागतेच किती? त्या दोन बाय सहाच्या जागेत अस्थी पेराव्याच लागतात— पुन्हा उगविण्यासाठी. कुणी तरी आपली चुकलेली 'जागा' दाखविण्याआधी आपण जागं झालेलं काय वाईट?

***

घास

६

तोंडाजवळ हात नेऊन घास खाण्याची ॲक्शन करत पुन्हा हात पसरवून दोन बोटं दाखवणाऱ्या बाईला दोन घास हवे होते की, दोन रुपये हवे होते; हे कळण्याच्या आतच एकानं तिच्या ओंजळीत दोन रुपये टाकले. एकानं टाकले म्हणून दुसऱ्यानं टाकले. तेवढ्यात आणखी एक जण आला आणि म्हणाला, "कशाला भीक घालता तिला? पैशासाठी परांगदा झालेल्या जीवांच्या वखवखलेल्या गर्दीत असे मागणारे किती तरी फिरतच असतात. अहो, अशांना भीक घालणं म्हणजे यांना भीक मागण्यास प्रवृत्त करण्यासारखं नाही काय?" शेवटी त्या मागणाऱ्या बाईस राहावलं नाही. तिचा कंठ दाटून आला. तिच्या डोळ्यांतून अश्रू वाहू लागले. ती म्हणाली, "अहो, मला भीक नको. मला दोन घास अन्न हवं आहे. पण लोक माझ्या हातावर पैसे आणून टाकत आहेत. माझ्या

घासांतले कित्येक घास राखून मी माझ्या पोराला मोठं केलं; तोच मुलगा गाव सोडून निघून गेला. भुकेसाठी हे हात पसरणं माझ्या नशिबी आलं साहेब!''

गावकुसावर उपेक्षांचा अपेक्षित घाव सहन करत लेकराला शिकविणारी आई... मृत्यू हे पूर्ण सत्य आणि भूक हे अर्ध सत्य, हे ठाऊक असून पूर्ण सत्यापासून दूर पळत गेलेली आई आणि अर्ध सत्यात स्वत:ला गुरफटत लेकराचं पोट भरून त्याला मोठं करणारी आई... आज तरणा पोरगा असून दुसऱ्यांसमोर हात पसरत होती. तिचा मुलगा गाव सोडून गेला अन् म्हातारीच्या नशिबी असं हात पसरणं देऊन गेला. त्याच्या मनातल्या 'गाव' नावाच्या हिरव्या जखमेवर खपली धरली का, कुणास ठाऊक? जेवढी गावाची जमीन असते, तेवढंच गावाचं आभाळ असते, हेही तो विसरला. कुणी तिला पागल ठरवलं होतं, तर कुणी तिला भिकारीण ठरवलं.

घासांचं असंच असतं. आयुष्यात किती घास खावे लागतील, किती घास भरवावे लागतील अन् किती घास मोडावे लागतील याची गणनाच नसते. स्वत:च्या पोटाला चिमटा देत 'हा घास काऊचा, हा घास चिऊचा' म्हणत भरवलेल्या घासांची कृतज्ञता कोणत्या घासात विरघळते, हेच कळत नाही. भाकरीचा घास मोडता येतो. भाताचा घास चावता येतो. लोण्याचा घास गिळता येतो. पण ज्यांच्यामुळे हे घासांवर घास उपभोगायला मिळतात, ते पाळता का येत नाहीत? पोटाच्या छळवादाला मिळालेली प्रासादिक शितं म्हणजे घास की, पोटाच्या भडकलेल्या अग्नीत टाकलेली आहुती म्हणजे घास? घास सवयीचा असला तरी अंगा-खांद्यावर खेळवलेली मुलं सवयीची का राहत नाहीत? दोन वेळेच्या घासांची सवय गरजेची असते. पण म्हातार वयात ज्यांच्याकडून दोन घासांची अपेक्षा असते, त्यांची आतुरता निवत जाणं म्हणजे अस्तित्वाचा बहर ओसरण्याचं जीवघेणं लक्षणच नाही का?

दोन घास मागणाऱ्या माऊलीच्या शेजारी राहणाऱ्या मास्तरनं काही दिवस तिची भूक भागवली. शेवटी तिला वृद्धाश्रमात नेऊन टाकली. वृद्धाश्रमातून परतताना म्हातारी मास्तरला म्हणाली, ''तुम्ही दिलेले घास मी विसरणार नाही.'' त्या वेळी मास्तरला वाटून गेलं... घास कधी वाफाळलेला असतो, तर कधी थंड. कधी गोड, तर कधी आंबट. दिलेला घास पाळण्यात आनंद असतो. घास आयुष्याच्या कोणत्या वळणावर आणून ठेवेल, कळत नाही. घास जपायचा अंतर्यामीच्या स्वच्छ पारदर्शक कर्मातून! घासासाठी मोजाव्या लागणाऱ्या कुठल्याही समर्पणातून! घास तसा शांत दिसतो, पण प्रत्येक घासाला एक स्पंदन असतं...

मास्तरच्या मनात हे विचार घोळत असतानाच म्हातारी मास्तरला म्हणाली, ''बेटा, आज तू वृद्धाश्रमाचा का होईना; मला आधार दिलास. जर का तुला कधी काळी माझा मुलगा मिळालाच, तर त्याला सांग... मी मेल्यावर कडू घास किंवा गोड घासाची पानं घालू नकोस; ती मी जिवंतपणीच उपभोगलीत!''

***

उरलेल्या ताराही तोडाव्यात का?

७

आजोबांच्या मोबाईलचा बॅलन्स संपला होता. एकाच गावात राहूनही आजोबा-आजीचं घर मुलांच्या घरापासून बरंच दूर होतं. कुंपणाच्या पिलरला टेकून आजोबा बऱ्याच वेळेपासून शेजारच्या कुणाला तरी, रस्त्यावरून जाणाऱ्याला आवाज देण्याच्या बेतात होते. शेजारचा जो कोणी त्यांच्या समोरून जायचा, तो घाईतच जायचा. कुणालाच वेळ नव्हता. आजोबा मात्र अस्वस्थ होते. सकाळपासून आजींच्या छातीत दुखतंय, असा निरोप दूर राहणाऱ्या मुलांपर्यंत पोहोचविणारा भ्रमणध्वनी नुसताच इनकमिंगच्या कामाचा होता. आयुष्यात दु:ख इनकमिंगसारखं सुरू असतं का? त्या दु:खाचं आउटगोइंग असं ऐनवेळी का बंद व्हावं? —असा विचार करत आजोबांनी आभाळाकडे पाहिलं. ज्या विचारांना वेदना असतात, त्या विचारांना आभाळाकडे मोकळेपणानं बघता येत नाही. त्या

विचारांचे तुकडे ढगांचे तुकडे झाल्यागत डोळ्यांच्या खोबण्यांमधून अश्रुधारांनी बरसतात.

तेवढ्यात शेजारचा आकाश आजोबांना रस्त्यावरून जाताना दिसला. आजोबांनी त्याला जोरात आवाज दिला, "आकाशऽ ए आकाश..." तेवढ्यात आकाश थांबला. "काय झालं आजोबा?"

"बेटा, आकाश माझ्या मोबाईलमध्ये बॅलन्स टाकून आणतोस का?"

"आजोबा, आता तर मला वेळ नाही. संध्याकाळी टाकून दिला तर चालेल का?"

"नको रे, आताच हवा होता."

"आजोबा, आता मी जरा घाईत आहे. मी निघू का?" असे म्हणत आकाश निघून गेला. आजोबांना वाटलं, 'अरे ढगांनी निघून जाणं ठीक आहे. परंतु, हा आकाशच निघून गेला!' आजोबांनी शेजारच्या बऱ्याच जणांना हाक दिली, परंतु कुणाजवळच वेळ नव्हता.

आजोबांनी पुन्हा आभाळाकडे पाहिलं. शहरांवरून फरपटत वाहताना ढगांमध्येसुद्धा शहरी मोजकेपणा आलेला होता. माणसांसारखं माणसांना टाळणं त्या ढगांनीदेखील पसंत केलं होतं. आजोबांच्या पायांच्या इजेमुळे त्यांना चालता येत नव्हतं. आज मात्र ते मानसिक इजेने पांगळे झाले होते. 'वेळ नाही' हे उत्तर प्रत्येकाजवळ होतं. वेळ नाही म्हणत स्वत:च्याच तळघरात कोंडल्यासारखं करून भोवतीचं प्रकाशविश्व नाकारणारे अनेक जण त्यांच्यासमोर येऊन गेले. आजोबांजवळ सुविधा असून आउटगोइंग बंद होतं. आवाज असून तो पोहोचत नव्हता. सुरेशनं मला वेळ नाही हे उत्तर तर सांगितलंच, परंतु "यांच्याच सख्ख्या मुलांना वेळ नाही, तर आम्हाला कुठून असणार?" असं पुटपुटत तो निघून गेला होता. त्या वेळेस मात्र आजोबांनी जमिनीकडे पाहिलं.

खरं तर जमीन आणि आकाश जिथे एकत्र येतात, त्या क्षितिजाच्या कनातीखालून सुख गावात येतं. मुलांच्या दूर राहण्यानं हे सुख फक्त मोबाईल झालं होतं. आजोबांनी पुन्हा एकदा वर आभाळाकडे पाहिलं. आभाळाकडे बघण्यासाठी हिरव्या झाडाच्या पानांचे डोळे लागतात. आजोबांचे पान मात्र पिकलेले होते. आजोबांनी आजीच्या छातीला व्हिक्स लावून दिलं. पेनकिलरची गोळी दिली आणि विचारलं, "खूप दुखतंय का गं?"

"अहो, मुलांना कळवलं का?" एवढंच तिनं विचारलं.

आबांनी मोबाईल तिच्याच पलंगावर आपटला. "या बिनतारी संदेशवाहकानं

आमच्यातल्या आणि मुलांमधल्या उरलेल्या ताराही तोडून टाकाव्यात का? फोनचं बिल जास्त येतं म्हणून त्यांनी मोबाईल घेऊन दिला. काय तर म्हणे, तुम्ही कुठेही असलात तरी हा मोबाईल घेऊन फिरता येतो. या वयात माझं अपंगत्व आणि तुझा आजार काय मोबाईल पाहणार होता? वर्षानुवर्षे जाणता-अजाणता निर्माण केलेल्या त्यांच्याच तळघरात ती वाढत आहेत. प्रत्येक वेळी 'बिझी' आहोत, या एकाच कारणानं आनंदोत्सव नाकारलेत. आज तुझ्या छातीतल्या वेदनेच्या वेळी या बिनतारी संवेदनाच उरतात की काय? एवढे का गं बधिर झालो आपण?''

तेवढ्यात आजीनं आजोबांचा हात हातात घेतला आणि म्हणाली, ''अहो, चिडता कशाला? येतील मुलं. कितीही आउटगोइंग बंद झालं तरी तुमच्यातली आणि माझ्यातली तार अद्याप जुळलेली आहे; आपलं इनकमिंग सुरूच राहणार!''

***

साधनेची स्पंदनं

८

कष्टाची शिदोरी आयुष्यभर पुरते. कोणत्याही क्षेत्रात कष्ट करताना यश किती मिळालं, त्या यशाच्या आनंदापेक्षा कठोर परिश्रमातून सातत्यानं केलेल्या कष्टातला आनंद काही वेगळाच असतो. या कष्टातली सातत्यता म्हणजे साधना बहर देऊन जाते.

मातीपलीकडच्या मुळातून शोषलेला रस आणि जलाचा एक रम्य प्रवास वृक्षांना बहरण्यास मदत करतो. फुलांनी बहरून यावं, म्हणून वृक्षसुद्धा वाट पाहतात आणि फळांनी बहरण्याची प्रतीक्षा करतात. फुलण्याचे आणि फुला-फळांचे सगळे संदर्भ टाळून वृक्ष बहरत असतात. काळाच्या थोराड हिरवेपणावर अलगद विसावत तालबद्धतेत विसावणारी लव म्हणजे बहर. सारं कसं शिस्तबद्धपणानं घडणारं, नेमकं तेच आणि तसंच. ऋतूंच्या छळवादाला तोंड देत निसर्ग बहरतोच

ना! आम्हाला मात्र बहर तत्काळ हवा आहे. त्यामुळे साधनेच्या अवस्थाच संपल्यात. टेबलावरची धूळ फुंकरीने उडवतो नं, तशी साधक अवस्था उडवण्याचा प्रयत्न सुरू आहे. ती पुसतही नाही, सरळ उडवून टाकली जाते.

माझ्या मुलीला गाणं शिकवायचं आहे, म्हणणारा पालक संगीतशिक्षिकेकडे मुलीला घेऊन जातो. क्लासमध्ये ॲडमिशन ठरल्यावर लगेच म्हणतो, "पुढच्या महिन्यात नं 'सारेगमप'चं ऑडिशन आहे. तिला गाता यायला हवं." शिक्षकही "हो— हो, गाता येईल" म्हणत क्लास सुरू करून टाकतात. तेव्हा या सगळ्या गोष्टीचं नवलच वाटतं. त्या वेळेस मात्र प्रश्न पडतो, पालकाच्या या अटीमुळे पाल्य कसा घडेल? किंवा त्या शिक्षकाचा शिष्य कसा घडेल? रियाजक की बक्षीसपात्र फक्त?

टांझानियाचा पॅट्रिक लुसाटो एका महिन्याच्या सरावानं मॅरेथॉनची ४२ किलोमीटरची दौड जिंकत नाही; तो सातत्यानं सराव करतो म्हणून जिंकतो. मुलाला बॅट पकडता आली की, त्याचा सचिन तेंडुलकरच झाला पाहिजे, असा अट्टहास सुरू होतो अन् त्याला न पेलवणारी बॅटसुद्धा घेऊन दिली जाते. छोटे-छोटे हात तबला सोडून टेबल बदडवू लागले की, झाले ते उस्ताद! पण, अल्लारखाँ किंवा झाकीर हुसेन यांची बोटं साधनेतूनच तबल्यावर पाहिजे तशी थिरकलीत, हे का कळू नये? मान्य आहे की, जमाना सुगंधी अत्तराचा (स्प्रे) आहे. उडवला स्प्रे की दरवळला सुगंध. अरे पण, तो स्प्रे तयार व्हायला फुलांना किती काळपर्यंत मुरावं लागलं असेल! मुलांचा गंध सर्वदूर पसरवायचा, म्हणजे मुलांना त्या कलेमध्ये मुरवायचं नाही? नव्या पिढीला अंतर्यामातून जीवन झंकारण्याचा गोड आनंद घेऊ द्यायचा नाही का? मुलांची विटी करून पालक आपल्या पूर्ण न झालेल्या स्वप्नांचा विटी-दांडूचा खेळ खेळतात. त्या विटीला वाटेल तिकडे टोलवतात. ती विटी कशीही उडते. कधी दमते, तर कधी कोलमडून पडते. असा टोलवण्याचा जीवघेणा खेळ थांबायला हवा.

निर्मात्यानं प्रत्येकासमोर ठेवलेली आयुष्याची पत्रिका सारखीच आहे. पण, या आयुष्यात विशेष असं काही करायचं असेल, तर गरज आहे साधनेची. यशासोबत प्रासंगिक करार करण्यापेक्षा साधनेतील सिद्धतेचा मार्ग पटवून दिला, तर आयुष्याच्या कोषात तो गुरफटून राहणार नाही. आपल्या जाणिवा, संवेदना अधिक प्रगल्भ, विस्तृत केल्या की विस्तवाची धग झेलता येते. मातीतले दगड कोरता येतात. मोठमोठ्या शिळांना छेद देऊन स्वत:ला अंकुरता येतं. तत्काळ बहर हवा असल्यास आपलं बोन्साय होईलही, पण सावली देण्याचं सामर्थ्य मात्र

राहणार नाही. लादून आत्मविश्वासही येत नाही. पावलं दमदारपणानं पडत नाहीत. त्यासाठी तपाचीच गरज असते. साधनेतलं सातत्य एका दिवसानं टळलं, तर स्वत:ला कळतं. काही दिवसांनी टळलं, तर इतरांना कळतं आणि सतत टळलं, तर प्रत्येकालाच कळतं. साधनेच्या स्पंदन-प्रेरणेतून वाहणाऱ्या भावनांचा आवेग जीवनरंग उजळतो, हे तेवढंच खरं.

***

पीळ

१

अडथळ्यांचे पंख करण्याची कला उमगली की, श्रेष्ठत्व प्राप्त होतंच. पण त्यासाठी हळवं होऊ नये. हळवं झालं की, उंबरठे अडवतात. हळवंपण टाळणं म्हणजे कोडगं होणं नव्हे. प्रेमाचे तरल धागे उंबरठ्याच्या आत चौकट तयार करतात. त्या धाग्यांमध्ये अडकून जाणिवांचा खो-खोचा खेळ सुरू असतो. एक जाणीव दुसरीला खो देऊन स्वत: बसते. जाणिवांच्या पलीकडचं जातिवंत जग पंचाचं तरी काम करतं का? छे! नव्हे, ते जातिवंत जग मूग गिळून ढिम्म असतं.

घरात आजकाल पीळ कोणालाच देता येत नाही– मग तो पीळ पोटाला असो, कानाला असो वा मिशीला असो! पोटाला पीळ पडण्याची जाणीव झाली की, 'फास्ट फूड' तयार असतं. व्यसनातून अघटित घडल्यानंतर आता पुन्हा हे व्यसन नको म्हणणारे कानाला तर पीळ देतातच.

पण हातातून कान सुटत नाही तोच व्यसनाच्या दुभंगलेल्या दुनियेत जातात. मिशीला पीळ देणारे बायकोच्या भुवईच्या तालावर नाचताना दिसतात. असा पीळ देण्याचा काय उपयोग?

घरामधल्या अगदी लहानांपासून ज्येष्ठांपर्यंत सगळ्यांच्या प्रतिभा एका 'पण'च्या विळख्यात अडकलेल्या दिसतात. आमचा मुलगा हुशार आहे, पण आळशी आहे. आमची मुलगी प्रचंड बुद्धिमान आहे, पण अभ्यासच करत नाही. आमची आई सुगरण आहे, पण तिनं स्वयंपाकीण ठेवलेली आहे. आमचे आजोबा सुदृढ आहेत, पण फिरायला जात नाहीत. अशा प्रतिक्रिया ऐकल्या की वाटतं, वाक्याच्या पूर्वार्धातील कौतुक उत्तरार्धात विरून गेलं की काय?

एखादी आजी कापसाच्या वाती करत बसते. कापूस ताणून त्याला पीळ देऊन ती वात वळते. दोन्ही हातांवर रगडल्याशिवाय वातीला पीळ बसत नाही अन् कर्मांना पीळ दिल्याशिवाय पोटाचा पीळ सुटत नाही, हे तिला ठाऊक असतं. आता मात्र दिवा-वात राहिलीच नाही; तेव्हा काय ती वात आणि काय त्या वातीचा पीळ कळेल? वात कळत नाही म्हणून तेज कळत नाही. तेजातून अनेक रंग प्रस्फुटित होतात. तेज मात्र रंगांच्या पलीकडचं असतं. तेजाला नैतिक-अनैतिक चौकटी नसतात.

आजकाल घरात तेजाची एकच चौकोनी चौकट दिसते. ती म्हणजे टीव्ही... बटण दाबल्याबरोबर उजळणारा. नैतिक-अनैतिक सारं दाखवणारा. बटण दाबताच प्रकाश निर्माण करणारा. मान्य आहे की, बटण दाबून प्रकाश निर्माण करण्याचा हा काळ आहे. आता वातीतल्या ज्योतींनी प्रकाश निर्माण करण्याचे दिवस सरलेत. बटण दाबून सारंच काही व्हायला लागलंय. बटणांच्या खेळावर सारं जग गतिमान झालंय. पण, बटणं दाबताना 'आपण थांबलेलो असतो', हे आपल्याला कळतच नाही. पुढच्या पावलाच्या गतीसाठी एखादं बटण त्या रिमोटमध्ये का नसते?

हेही मान्य की, सारी सुबत्ता असल्यामुळे कशा-कशालाच पीळ द्यायची गरज भासत नाही. पण, विचारांना तर पीळ घालता येतो ना? काय चांगलं, काय वाईट याची तुलना करता येतेच ना? आजच्या आधुनिक काळात आजीनं वळलेल्या वातींची गरज नसली तरी त्या वातींवर असलेल्या पिळाची गरज आहे. तिने वळलेल्या वातींच्या जशा ज्योती होतात, तशा आपल्या विचारांना पीळ देऊन निर्माण केलेल्या सद्‌गुणांचा उपयोग दुसऱ्यांच्या आनंदासाठी केल्यानं ते सद्‌गुण त्या वातींसारखे लखलखीत होतात. अविचारांचा पीळ घट्ट झाल्यामुळे

नुकत्याच उमलू पाहणाऱ्या मनांनी आत्मघाताचा विचार करून फासाचा दोर समोर का लटकवावा? सकारात्मक उत्कट परिश्रमानं मनाला पीळ दिला, तर आपण स्वत:च पिळलेल्या वातींसारखा अजिंक्यत्वाचा प्रकाश पेरू शकू की नाही? प्रत्येक गोष्टीला पीळ महत्त्वाचा असतो. पिळल्याशिवाय रसही निघत नाही. जीवनरसही तसाच. सुंभ जळला पण पीळ जळला नाही, असं म्हटलं जातं. दुर्दम्य जिद्दीनं मर्यादांवर मात करून माणसं मोठी होतात. त्यांचे कष्ट जळतात, पण जिद्दीचा पीळ कायम राहतो. उद्दिष्ट समोर ठेवून जिद्दीचा पीळ कायम ठेवायला हवा. प्रतिभा विशेष नसलीही, पण सकारात्मकतेचा पीळ कायम राहिला, तर प्रतिभावंत का नाही होणार?

***

सुई-धागा

१०

पुष्कळदा जीवनाच्या आरंभी निर्माण झालेलं कष्टाचं ओबडधोबड बेट, व्यवहाराच्या डांबरवाटेवर आणखीनच विस्कळीत होतं. प्रतिष्ठेचे, प्रासंगिक पदांचे मुकुट चढले की, जुन्या अनुभवांची ओळख मिटू पाहते. शिलाई मशिनवर शिवणकाम करीत असताना सुईतला धागा तुटला. सुईत धागा ओवण्याचा खटाटोप माऊली करीत होती. परंतु, तिचे कमजोर डोळे तिला अपयशी ठरवत होते. सुईला धागाच हवा असतो, असं नाही; परंतु तो धागा ओवण्याची आर्तता मात्र हवी असते. माऊलीनं आपल्या मुलाला आवाज दिला, "अरे अक्षय, जरा सुईत धागा ओवून देतोस का? माझ्या चष्म्याचा नंबर बदलला की काय, कळत नाही."

"आई, तुला कितीदा सांगितलं की, हे शिवणकाम आता बंद कर म्हणून? आयुष्यभर खूप केलंस शिवणकाम.

कधी तो धागा ओवून मागतेस, तर कधी सुताचं रीळ आणायला लावतेस, कधी मशीन बिघडली म्हणून मॅकेनिकला बोलवायला लावतेस! मी नाही ओवून देणार तो धागा-बिगा.''

''अरे अक्षय, असं का करतोस? ज्या सुई आणि धाग्याच्या भरवशावर तू मोठा झालास, तो धागा तुटत जरी असला तरी तुझ्या जीवनघडणीसाठी तो अतूट राहायला हवा. प्रतिकूलतेच्या काळोखात जीवाचा दिवा करून वादळवाऱ्यात आपल्यासाठी हा सुई-धागाच उभा होता, याचा विसर नको रे पाडूस.''

स्वत:चं अंग झाकण्याकरता वस्त्र तर प्रत्येकच घालतो; पण या शिवणाऱ्या धाग्याकडे लक्ष कुणाचंच जात नाही. वस्त्रप्रावरणात देहबोली वाचता येते; पण कातर झालेल्या जीवाला धाग्याची लिपी नव्यानं शिकण्याची गरज नसते. अक्षयनं दिलेल्या नकारामुळे आईच्या मनात असलेली खोल-खोल ओल दाटून आली. सुईचं अन् धाग्याचं नातंच असं आहे, बोचत जाणारं आणि शिवत जाणारं. बोचणं सुईला जमतं अन् शिवणं धाग्याला जमतं. बोचण्या-शिवण्याशिवाय वीण घट्ट होतच नाही— मग ती वीण कपड्याची असो किंवा जीवनाची. तिला माहिती होतं की, सुईत धागा ओवला की काहीही गुंफता येतं— अगदी गुलाबाचे हार किंवा मोगऱ्याचे गजरेदेखील.

अक्षयचे बाबा लहानपणीच हार्ट ॲटॅकनं गेल्यामुळे तिला सुई-दोऱ्यासोबत नातं जोडावं लागलं होतं. उसवलेल्या आयुष्याला शिवण्याकरता तिच्याजवळ कुठलंही शिलाई यंत्र नव्हतं; परंतु चिमुकल्या अक्षयच्या आयुष्याला ऊर्जा देण्याच्या महत्त्वाकांक्षेनं तिनं स्वत:च्या पायाखाली शिलाई यंत्राचं पायदान घेतलं अन् तेव्हापासून तिची पायपीट सुरू होती. लहानपणचा अक्षय आता बदलला होता. लहानपणी चट्‌कन सुईत धागा ओवून देणाऱ्या अक्षयनं विचारलं होतं, ''आई, सुई-धाग्यानं काय-काय गुंफता येतं गं?'' तेव्हा तिनं उत्तर दिलं होतं, ''कितीही मोत्यासारखे चमकदार वाटले तरी दवबिंदूंची माळ गुंफता येत नाही. ओढून-ताणून मिळवलेलं नाव, ओढून-ताणून मिळवलेली प्रतिष्ठा हे त्या दवबिंदूच्या मोत्यासारखे असतात— क्षणभंगुर, चट्‌कन विरघळून जाणारे.'' त्या वेळेस छोटा अक्षय निर्मळ करुणेनं अजिंक्य ठरला होता. आज मात्र त्यानंच सुईमध्ये धागा ओवण्यास नकार दिला होता. समज आल्यावर धागे ओवता येत नाहीत की काय?

ज्या शिलाई यंत्राच्या साह्यानं फाटलेलं आयुष्य शिवून काढलं, ज्या शिलाई यंत्राच्या सुईमध्ये सौख्य आणि दु:खाचे धागे ओवत अखंड कापडांना आपल्या मिटल्या धाग्यांनी शिवून त्यांना आकार देण्याची साधना केली...

अक्षयच्या तुटपुंज्या कमाईवर घर चालत नाही, हे माहिती असून साधी काज-बटण लावण्याची मदत बाजूलाच राहिली; तर सुनेला वेगळं घर हवं होतं. अशा कष्टानं उभं केलेल्या घरात नात्यांची वीण सैल होऊ पाहत होती. आयुष्यभर केलेल्या शिवणकामामुळे जीवनाची वीण अधिक घट्ट होईल, असं माऊलीला वाटत होतं. एकटीनं काढलेल्या आयुष्याला मुलाचा धागा धरून गुंफत गेली; पण तोही धागा तुटू पाहत होता. तो तुटू नये, म्हणूनच त्याचं नाव अक्षय ठेवलं होतं.

शेवटी ती बोलली, ''अरे अक्षया, सुई-धाग्यासारखं आपलं जीवन असतं. गुंफल्यावर पुन: पुन्हा तुटत जाणारं आणि पुन्हा पुन: शिवत जाणारं. एक लक्षात ठेव— शिवलेलं कापड प्रत्येकाची लाज राखतं. सुई-दोऱ्याशिवाय हे शक्य नाही. आपण काय राखतो रे?''

***

दिशा

११

दर्शनानं दर्शन घेतलं अन् पायऱ्या उतरताना तिच्या लक्षात आलं की, आपण मंदिरात क्षणभर बसलो नाही; म्हणून तिनं पायरीवर बसण्याचा निश्चय केला. घरातून अस्वस्थ होऊन निघालेली दर्शना प्रदक्षिणा घालता-घालताच शांत झाली होती. अंतर्यामीची अमृतकुपी हलकेच उघडून तिनं बाह्य जगाची कवाडं मिटण्याचा प्रयत्न केला होता. पायरीवर बसल्या-बसल्या तिचं लक्ष देवाच्या मूर्तीकडे गेलं. तिच्या मनात विचार आला— आपलं आयुष्य आणि देवाचं आयुष्य सारखंच आहे की काय? कारण, देवांच्या मूर्तींचंही आयुष्य दगडाचंच. दगडांच्या कालगणनेतही माणसांचे श्वास जिवंत असतात, एवढंच.

असा विचार करत असतानाच एक तरुण मुलगी तिच्याजवळ आली. म्हणाली, ''मॅडम, देवळात गेल्यानं काय

मिळतं?'' दर्शनानं तिच्याकडे, मग आकाशाकडे पाहत उत्तर दिलं, ''एक गहन शांतता, अरूपाचा साक्षात्कार.''

''मॅडम, आपल्याला आयुष्याकडे बघण्याची दिशा मिळते का हो?''

''का गं, असं का विचारतेस?''

''मॅडम, मी शेजारच्या अनाथालयात राहते. अनाथालयात फक्त अठरा वर्षांपर्यंतच राहण्याची परवानगी आहे. सांगा मॅडम, तुमचा हा देव माझ्या आयुष्याला दिशा दाखवेल? अठरा वर्षांचं वय झालं की, तुम्ही सुज्ञ नागरिक झालात– असं सांगून मला अनाथालयाकडून रामराम ठोकला जाणार. जीवनातला राम कुठे शोधू हो मॅडम?''

जिथं शांततेचा गाभारा होतो न् समर्पणाच्या फुलाचा गंध दरवळतो, ते मंदिर– अशी कल्पना आजपर्यंत करणारी दर्शना एकदम अस्वस्थ झाली. तिनं पुन्हा आकाशाकडे बघितलं. ''काय गं, काय नाव तुझं?''

''मॅडम, आश्रमातल्या मावशींनी माझं नाव मनीषा ठेवलंय.''

''हे बघ मनीषा, तू मंदिरात दिशा मिळेल की नाही, या उद्देशानं आलीस ना; मग दिशा नक्कीच मिळेल. आयुष्याची दिशा शोधताना जळायचं की उजळायचं, हे त्या दिव्यातली ज्योत सांगत असते. जळण्यानं काजळी चढते अन् उजळण्यानं मार्ग मिळतो. इवल्याशा प्रकाशात आपलंच प्रतिबिंब पाहून प्रकाशाच्या प्रतिष्ठापनेचा ताळेबंद मांडता आला की, दिशा मिळते. अथांग सागरात गलबते जेव्हा निघतात, तेव्हा त्या शुभ्र शिडांना क्षितिजच हाक घालतं ना?'' आकाशात उडणाऱ्या पक्ष्यांकडे पाहत दर्शना म्हणाली, ''ते बघ, नभात उडणारे पक्षी कुठलंही होकायंत्र न बाळगता स्वत:चं घरटं शोधतातच ना?''

''पण, मॅडम अनाथालयातून बाहेर पडल्यावर आयुष्यात सर्वदूर अंधारच पसरल्यासारखा वाटतो. निर्धाराच्या गतीचा पाय अलगद थांबतो. या अनाथ शरीराला अनाथ मन पुन: पुन्हा बिलगतं. हे दोघंही आयुष्यभर जैसे थे नांदतील की काय, अशी भीती वाटते हो मॅडम!''

''हे बघ मनीषा, तुझं नाव अनाथालयाच्या मावशीनं उगाचंच मनीषा नाही ठेवलं. जीवनाला दिशा मिळणारच नाही, असा नकारात्मक विचार करू नकोस. दिशाहीनतेच्या, दुरवस्थेच्या खाईत तिथंच जखडून राहण्याइतकी तुझी मनीषा दुबळी करू नकोस. काळोखाला उदयाचा प्रकाश उजळायचा असतो, हे लक्षात ठेव. सारी पृथ्वी उद्ध्वस्त झाली तरी तो कृपेचा मेघ वळवतोच नं? चेतनेचा अस्त झाला असं वाटत असलं, तरी तो प्रेरणेचा निखारा ठेवतोच नं? सर्वदूर

पाशवी अंधार मातला असला तरी तो कोवळा सूर्य पेरतोच नं? हे बघ मनीषा, तू अशी काही मनीषा मनी बाळग की, आपल्या निथळत्या तेजानं साऱ्या आसमंताला उजळून आयुष्यातली अंधारी रात्र उजळायची आणि आपणच आपले किनारे शोधायचे.'' मनीषाच्या डोळ्यांत टच्कन अश्रू तरळले. तिनं पायांतल्या चपला काढल्या. मंदिरात जाण्यापूर्वी दर्शनाला नमस्कार केला. पुन्हा चप्पल घातली अन् निघू लागली. ''काय गं, तू मंदिरात नाही गेलीस?'' ''मॅडम, तो काय दिशा देणार? तुम्हीच तर मला खरी दिशा दिलीत. कोणती दिशा चांगली अन् कोणती दिशा वाईट, हे ज्याचं त्यानंच ठरवायचं असतं. शेवटी आपण आपल्याच पिंजऱ्याचे पंखशून्य स्वामी होण्यापेक्षा स्वत:ही भरारी मारावी अन् इतरांच्याही विचारपंखांना बळ द्यावं.'' मनीषाच्या अनुभवानं दर्शना खिन्न झाली. मंदिराच्या पायऱ्या उतरत असताना तिला दशा आणि दिशेतला फरक कळला.

***

जिज्ञासा

१२

उन्हांनी पानांची रसद तोडली की, पानं गळू लागतात आणि मग झाडांच्या सावल्या केविलवाण्या होतात. मान्य आहे की, तेजाला अपत्य नसतं, तेजाला मर्त्य नसतं म्हणून त्याला पिढ्यांची गरज नसते; परंतु हेही मान्य आहे की, तेजामुळेच सुगीचं समाधान डोळ्यांत दिसतं. ज्यानं उगवून तेज दिलं, त्यानं मावळून सावलीही दिली; ज्यानं तोंड दिले, त्यानं घासही दिलेत. या तेजानं पानगळीसोबत अंकुरणंही दिलं. तेजाला प्राशन करता आलं, तर अंकुरणंही कळतं; परंतु ज्यांच्या जीवनात नुसताच अंधार आहे, त्यांना तेज कसं कळणार?

दहावीपर्यंत अत्यंत हुशार असणारी बॉबी आई-वडिलांजवळ तक्रार करू लागली होती, ''आई, मला नं संध्याकाळ झाली की, जरा कमी दिसतं.''

"हे बघ, तुला नं असं भासत असेल. संध्याकाळ झाली की, थोडाफार अंधार पडतोच. त्यामुळे अंधुकसर वाटत असेल." आईनं बऱ्याचदा टाळलं. बॉबीची तक्रार तिनं दुर्लक्षित केली; परंतु तिच्या वारंवारच्या तक्रारीने आई तिला घेऊन डॉक्टरांकडे गेली. डॉक्टरांनी रातांधळेपणा झाल्याचं डिक्लीअर केलं. त्या वेळेस मात्र आईला फार वाईट वाटलं. डॉक्टर तेवढ्यावरच थांबले नव्हते, तर ते म्हणाले होते, "थोडं आधी दाखवलं असतं, तर बरं झालं असतं. कदाचित आता वेळ निघून गेली असावी. मी औषध तर देतोच; पण पुढे परमेश्वराची मर्जी."

बॉबीची दृष्टी हळूहळू गेलीच. संध्याकाळी सगळ्या खोल्यांमध्ये दिवे सुरू करूनही तिला अंधारच दिसत होता. दिवसाही अंधार आणि रात्रीही 'आई, मला काहीच कसं दिसत नाही गं,' असं म्हणत चाचपडणाऱ्या हाताने समोर येणारी बॉबी कशाला तरी अडखळून पडायची. ती पडल्यानंतर आईच टाहो फोडायची— अरे देवा, काय केलंस हे?

आईचा टाहो घरातल्या चार भिंतींमध्ये विरून जायचा. आता असाच टाहो प्रत्येक वेळेस फोडला; तरी कुणीच धावून येणार नाही, हे आईला माहिती होतं. प्रत्यक्ष परमेश्वरदेखील नाही. त्याची पूजादेखील करणार नाही. पूजा करणं म्हणजे वेळेचं फुकट जाणं आहे. काही कामाचा नाही मेला... असं म्हणत आई देवालाच शिव्या हासडायची; परंतु बॉबीच्या डोळ्यांतून अश्रुरूपाने तो पाझरतो, हे आईला कळलंच नाही.

एकदा आईला बॉबी म्हणाली, "आई, मला संगणक शिकायचा आहे." आधीच आंधळी आणि त्यात संगणक; कसा काय शिकणार? पण तिची दुर्दम्य इच्छाशक्ती आणि कुठल्याही संकटावर मात करणे, हा तिचा मूळ स्वभावच होता. अंध असून बरंच काही ती शिकली. क्राफ्टपासून रेकीपर्यंत, शिकवण्यापासून रुग्णांच्या सेवेपर्यंत. जिद्द असली की, माणूस काहीही करतो. मोबाईलबरोबरच ती संगणकासोबतदेखील खेळू लागली. काळोखात अडखळत वाटा धुंडाळणाऱ्या प्रज्ञाचक्षू जीवांना आदर्श वाटेल, असं तिचं वागणं. आपल्या लेकीमध्ये असलेली अफाट ज्ञानसंपदा पाहून, तिच्या सौंदर्याकडे पाहून आईचा जीव कासावीस व्हायचा. ती स्वत:ला बोल लावायची. त्या ईश्वराला शिव्या द्यायची. त्या वेळेस बॉबी आईला म्हणायची, "अगं आई, तू त्या ईश्वराला का शिव्या देतेस? मी माझ्या या अंधत्वावर मात करेन."

बॉबीचं हे बोलणं आईला सुखावून जायचं. नवा देह घेऊन, नवी ऊर्जा साठवून पुढच्या नव्या पावलांसाठी ती प्रकाश घेऊन निघाली होती. काळोखातही ज्यानं तारे

निर्माण केले, सागरात ज्यानं मोत्यांची शेती लावली; तो जगणं सुंदर करण्याची ताकद कर्तृत्ववान व्यक्तीमध्ये देतो. फक्त कर्म करण्याचा ध्यास हवा. बॉबी आता आवाजातून संगणकाचे धडे शिकू लागली. तिच्या सौंदर्यावर रेघोट्या मारणारा काळ ती विसरू लागली. आत्मविश्वासानं ती जणू सांगू लागली, या वाटेत काट्यांचीही फुलं होतात. कारण काटे सोसणाऱ्यांनाच तो फुलं देत असतो. बॉबीचं हे आतून फुलणं आई-बाबांना बहर देऊन गेलं. आनंदवनातील बाबांच्या प्रेरणेनं दुभंगलेल्या आयुष्यांना आधार द्यायला बॉबी शिकली. तिच्यामध्ये असामान्य संजीवनी निर्माण झाली. पणती थकते; पण प्रकाश थकत नाही. आता आईनं ईश्वराला शिव्या देणं थांबवलं. बॉबीचं नाव जिज्ञासा ठेवलं. कारण तेल टाकणारा तोच अन् वात भिजविणाराही तोच, हे तिला कळले होते. जिज्ञासा आता अंधांना संगणक शिकवते. नवनवीन तंत्रज्ञान अंगीकारून ती तिथं ज्ञानाची पणतीच पोहोचवते. प्रत्येकानं अशीच जिज्ञासा मनी बाळगली तर...

***

१३

काळ्या पेन्सिलीची चंदेरी किनार...

"हे बघ चारू, फ्रीजमध्ये ग्लासभर दूध ठेवलेलं आहे. ओट्यावर भाजी-पोळी झाकून ठेवलेली आहे. आलमारीतला बिस्किटचा पुडा तर तुला माहितीच आहे, कुठे असतो ते. भूक लागली की खाऊन घ्यायचं. दुपारी छान झोप घे. झोप झाल्यावर फ्रीजमधलं दूध पी आणि हो, जास्त टीव्ही बघू नकोस. बाबांना वेळ मिळाल्यास ते चक्कर मारतील. मी बाहेरून कुलूप लावून जात आहे. शहाणी माझी छकुली! होमवर्क नक्की कर बेटा, हं!!..." असं नित्याचं संभाषण आटपून आई रोजच घराबाहेर पडते. चारूची सकाळची शाळा आटोपल्यावर दिवसभर घरात एकटं राहणं आता तिला कठीण होत होतं, हे ती कधी बोलली नाही. सुखाच्या आभासात जगत असताना, घरातलं एकुलतं एक मूल स्वत:च्या मनावरचा ताण एकट्यानं सहन करतंय, हे आई-वडिलांना कधी कळलंच

नाही.

एकदा चारू एकटी असताना तिच्या मनात विचार आला की, आपण चित्र काढावं. तिनं पेन्सिल, कागद, रबर सगळं घेतलं आणि चित्र काढणार तेव्हा तिच्या लक्षात आलं की, आपल्या पेन्सिलीचं टोक तुटलेलं आहे. तिनं शार्पनर शोधलं; पण ते मिळालं नाही. शेवटी तिनं बाबांच्या दाढीचं ब्लेड घेऊन पेन्सिलीला टोक करायला सुरुवात केली. मात्र तिचं बोट कापलं गेलं. ती घाबरली, जोरात रडलीदेखील; पण आतला आवाज कोणाला पोचणार? मान्य आहे, पेन्सिलीला सोलल्याशिवाय ती उमटत नाही किंवा एखादं चित्र आकारत नाही, हेही मान्य. सोलल्याशिवाय आयुष्यालादेखील आकार येत नाही. परंतु, कुलूपबंद घराच्या आत कोवळ्या मनाची खुरटलेली कोवळी पालवी अशी सोलली जावी का? चारू रडली-रडली अन् स्वत:च शांत झाली. तिची जखमदेखील वाहिली अन् शांत झाली.

परमेश्वरानं एक बरं केलंय, मनासोबतच रक्तालाही आपोआप गोठण्याचा गुणधर्म देऊन टाकलाय. एवढं रक्त वाहूनही चारूनं आपल्याला काही झालेलं नाही, असं सांगण्याचं ठरवलं. कारण याआधी अशा ज्या काही भानगडी झाल्या होत्या, त्यावरून आई-बाबांमध्ये वाद झाले होते. ते एकमेकांवर दोषारोप करायचे. बाबा नेहमी आईला दोष द्यायचे— "तुझ्याचमुळे हे सगळं होत आहे." आणि आई बाबांना म्हणायची— "तुम्ही तरी लक्ष देता का?" असं होता-होता दोघांमधला वाद विकोपास जायचा. आई-बाबांच्या तथाकथित अहंकारामुळे चारूचा मानसिक प्रश्न सोडवलाच जात नव्हता. म्हणूनच तिनं ठरवलं होतं की, आता काहीही झालं तरी आई-बाबांना सांगायचं नाही. बंद दारांनी बंद दारांशीच बोलत... बंद बंद... कुढत जगणं ती शिकली होती. व्यावसायिक तरबेज मेंदूनं श्रीमंत झालेल्या पिढीतील 'चारू' आता गरीब झाली होती. बिचारीला काय माहीत होतं की, पेन्सिलीला सोलताना आपलं बोट कापेल म्हणून? काय माहिती, पेन्सिलीचा बाह्यरंग कितीही रंगीबेरंगी असला तरी अंतरंग काळंच असतं ते? तिनं त्या पेन्सिलीचा तिरस्कार करावा, की रंगीत पेन्सिलीचा आतील भाग काळा असला तरी त्याला चंदेरी किनार असते, हे समजून घ्यावं? कोण समजावेल तिला हे? घरातले आई-वडिलांचे विसंवाद असोत, आर्थिक तणाचे क्षण असोत वा अतिरिक्त मिळकतीनं उसळलेला आचरट चंगळवाद असो; हे सगळं आज एकाकी जगणाऱ्या मुलाला फक्त एकट्यानं सोसावं लागत आहे.

आर्थिक तरतुदीनं बँकेच्या पासबुकांच्या पायवाटांनी सुरक्षित राहण्याची

स्वप्नं घरांनी बघितली की, चारूसारख्या मुलीची स्वप्नं जागच्या जागी बंद घरातच विरतात. संध्याकाळी आई-बाबा घरी आल्यावर चारूनं काहीही न बोलता त्यांचं रोजच्या सारखंच स्वागत केलं. दोघांमध्ये वाद होऊ नये म्हणून स्वत:चं दु:खं दाबलं; परंतु जेवताना भाजीच्या रश्श्यात जखमेचं बोट नकळत गेल्यामुळे बोटाची झालेली आग आईच्या लक्षात आली.

आईनं लगेच विचारलं, ''काय गं, काय झालं?''

''काही नाही आई, झोपेत काही तरी लागलं असावं.'' असं म्हणून चारूनं वेळ मारून नेली. तिनं आईला विचारलं, ''आई, आपलं आयुष्य आपल्याच हाती असतं; पण आपण जसं उमटू तसं का नाही उमटत गं ते?''

लहानग्या चारूच्या मनात एवढा मोठा प्रश्न निर्माणच कसा झाला असावा, असं आईला वाटलं. जीवनात कितीही काळवंडलेले दिवस आले, तरी पेन्सिलीच्या काळ्या शिशासारखी त्यांना चंदेरी किनार असतेच.

***

का गा, कोठी?

१४

पानगळीचे दिवस सुरू झाले की, भुकेच्या आर्ततेमधील व्याकूळ सौंदर्य शोधणं कठीण असतं. बासरीची एखादी आंधळी तान घेत गुराखी झाडांचा आकार आणि मूल्य ओळखत गुरांना गोळा करतो. त्याला माहीत असतं की, एकदा का पानगळ सुरू झाली की, भुकेच्या भक्तीत अडकता येत नाही. शहाण्या गुराख्याला वाऱ्याचाही पोत कळतो; म्हणूनच तो गावाचं गोकुळ गावापासून दूर कधी पठारावर, तर कधी तळ्याकाठी भरवतो. गुरांची खुरं धुरळ्यात आपला ठसा उमटवत असतानाच तांबडं क्षितिज मात्र धुळीनं झाकून जातं. क्षितिज झाकणं गुरांना जमतं अन् छेदणं माणसालाच जमतं. एखाद्या उनाड सांडाला वठणीवर आणण्याकरता गुराखी त्याच्या गळ्यात लाकूड अडकवून देतो. गुरांच्या न्यायालयात गुराखीच न्यायाधीश असतो. काहीही न शिकलेला किंवा

इयत्तेच्या दोन पायऱ्या चढलेला गुराखी न्यायदान चांगलं करतो, म्हणूनच गुराखी वळवेल तसा कळप वळतो. उनाड माणसांच्या गळ्यात आपली न्यायव्यवस्था कुठलाच ओंडका का अडकवत नाही? अंगाचा दाह कमी करण्याकरता तळ्यातल्या चिखलात बसलेल्या म्हशीच्या पाठीवर एखादा मासा मिळावा म्हणून समाधी लावून बसलेला बगळादेखील गुराख्याचा पावा ऐकतच राहतो. आमराईच्या छायेत गुराख्यानं सोडलेल्या शिदोरीत खारूताईपासून मैनेपर्यंत सारेच वाटेकरी असतात. साद दिली की साद मिळते. डवरलेलं पीक असो किंवा वाळलेला वृक्ष असो, तोदेखील साद देतोच. शाळा सुटली की, घराकडे जायला निघालेल्या मुलांकडे गुराखी पाहायचा. आपल्याला शाळा शिकायला मिळाली नाही, याची खंत त्याला वाटायची. घराशेजारी राहणाऱ्या गण्याला तो रोज दुरूनच मोठ्या आवाजात हाक द्यायचा, "गण्या, सुटली का गा शाया?" गण्या मात्र काहीच बोलत नसे. एक गुराखी आपल्याला आवाज देतो, हे त्याला आवडत नसे. गुराखी म्हणजे खालच्या दर्जाचा— असं समजणारा गण्या संवेदनांचा स्वतंत्र भाव जपून वेगळी वाट धुंडाळण्याचा असोशीनं प्रयत्न करायचा. गण्याच काय, सगळेच तसे करतात.

माणसांच्या वाढणाऱ्या कळपात ज्येष्ठ-कनिष्ठ, उच्च-नीच, श्रीमंत-गरीब या व्याख्यांमुळे माणूसपणाला ग्लानी येते. कारण, समूह आणि कळपातला फरक आज समजेनासा झालेला आहे. संध्याकाळी फिरायला निघालेल्या ज्येष्ठ नागरिकाला जेव्हा हाच गुराखी आवाज देतो, 'का गा, कोठी?' तेव्हासुद्धा गुराख्याला उत्तर मिळतच नाही. बिचारा गुराखी सारखे चेहरे असणाऱ्या प्राण्यांमधली कपिला कोणती, हे चट्कन ओळखतो. कळपाला चेहरा नसतो, हे माहीत असून तो चेहरा ओळखतो. परंतु, समूहातल्या प्रत्येक व्यक्तीला वेगळा चेहरा असणारी माणसं आपल्या आवाजानं चेहरा असा का फिरवतात, असा प्रश्न गुराख्याला पडतो.

खरं तर आभाळाचं छत असणाऱ्या निसर्गाच्या शाळेत गुरांची शाळा भरवणारा हा गुरांचा मास्तर 'गुराखी' सृजनशून्य सुरक्षिततेसाठी चढाओढ निर्माण न करता एक कळप स्वीकारून मोकळा होतो. कळपात स्वत:च्या डोळ्यांनी बघायचं नसतं; कारण तिथे काळोखही प्रकाश वाटत असतो, हे त्याला माहीत असतं. परंतु समूहात जगताना आपले डोळे उघडे असून, आपल्याला प्राणीपण का कळत नाही? मान्य आहे की, कळप टिकण्याचा प्रयत्न करतो, तर समूह जगतो. कळपाला टिकवण्याकरता गुराख्याला गुरांची भाषा आत्मसात करावी लागते. दोन्ही खांद्यांवर ठेवलेली त्याची काठी, कमरेला बांधलेल्या मळक्या

का गा, कोठी? / ५१

शेल्याच्या आत खोचलेली त्याची बासरी त्याच्या जगण्याची ऊर्मी वाढवतात. हाच गुराखी पठारावर व्यालेल्या म्हशीची वगार आपल्या खांद्यावर पेलवून घरापर्यंत आणतोच ना? त्याला ते ओझं वाटत नाही? गुराख्याला मित्र संबोधताना गण्याला ओझं का वाटावं? कोण कळपात राहतं? तरल राहण्याची तरलता लोप पावणारे आपण, की गुराखी? अतिसुरक्षितता, प्रदूषित स्वास्थ्य, उदासीन माणसं यांच्या जास्त संपर्कात आल्यामुळे जगण्याचं उद्दिष्टच संपत चाललं की काय? दूधदुभत्यानं समृद्ध करणाऱ्या गोधनाला जोपासणाऱ्या गुराख्याकडे तुच्छतेनं बघण्याआधी कारणांच्या ढाली समोर करून वास्तवाला सामोरे जाणारे आपण कळपातच आहोत, हे लक्षात ठेवावं. दुधावरील साईसारखी संवेदनशीलता आपण जर जपली, तर गुरांच्या मास्तराला जपता येईलच.

***

रसवाला

१५

फुलांची लाली किंवा पानांच्या हिरवेपणावर ग्रीष्माचा आक्षेप असतोच. जमिनीच्या आतलं आटवणं आणि माणसांच्या ओठांवरच पुसणं ग्रीष्माला जमतं. सूर्य कितीही तापला आणि पृथ्वीच्या आतल्या रसवाहिन्या सुकल्या, तरी धमन्या मात्र तग धरून राहतातच. मुळांना तहान लागली असताना पानांवर पाणी शिंपडणारी विकृती ग्रीष्म शिकवतो. प्रकाश सोन्यासारखा असला तरी अग्नी मात्र पेटवण्याचेच काम करतो. खोल गेलेल्या विहिरीतलं पाणी पुरावं म्हणून भर उन्हाळ्यात एक दिवसाआड अंघोळ करायला भाग पाडणारा ग्रीष्म घामेजल्या जीवाला बादलीभर पाण्यासाठी याचनामग्न करतो; किंबहुना घोटभर पाण्यासाठी यातनामयसुद्धा करतो. जान्हवीच्या उरातला रस आटला असला, तरी प्रत्येक जीवाला रस हा हवाच असतो. तापलेला सूर्य माथ्यावर आला असताना तहानलेल्या

जीवाला एक थेंब जरी— मग तो थेंब जलाचा असो वा रसाचा— मिळाला तरी त्या एका थेंबानं तापलेपणाच्या तेजाचा दीप लागल्याची अनुभूती येते.

स्वत:च्या अंगातला घाम गाळत उसाचा रस गाळणारा एखाद्या झाडाखाली उसाचं चिपाड होईपर्यंत आपली ताकद लावतो. रसवाल्याच्या शेजारी बसलेल्या पंक्चरवाल्याजवळ पंक्चर दुरुस्त करणाऱ्या व्यक्तीलादेखील रस पिण्याचा मोह आवरत नाही. जुन्या, दुरुस्त केलेल्या पंक्चरला उखडवणं ग्रीष्माला जमतं. 'भैया, एक रस देना तो' अशी ऑर्डर देणारी व्यक्ती रसवाल्यानं फुटपाथवर टाकलेल्या पोत्यावर बसते. रसवाल्याला रस काढताना पाहून त्या व्यक्तीच्या मनात विचार येतो— माणसाच्या कातडीला पृथ्वीच्या उबेचे अग्निदिव्य का सहन करावे लागते? ग्रीष्माच्या या अखंड बिनसावलीच्या प्रवासात हा रसवाला स्वत:ची ऊब बाहेर काढून इतरांना थंडक पोहोचवण्याचं केवढं मोठं काम करतो! त्याच्या श्रमानं उसाचा मधुर रस एका बाजूनं पातेल्यात पडतो, तर दुसऱ्या बाजूनं उसाचं चिपाड बाहेर येतं. "साहाब, निंबू चलेगा क्या? अच्छा बरफ डालू क्या?" म्हणत रसवाला रसाचं यंत्र फिरवत असतो. रसवाला रसाचा प्याला छान बर्फ वगैरे घालून त्या सद्गृहस्थाच्या हातात देतो. त्या सद्गृहस्थानं एक घोट प्यायल्याबरोबर त्याच्या तोंडून वाक्य निघतं, "वाह! भय्या, मजा आ गया! इतनी धूप में थंडक दिला दी आपने! पण का हो रसवाले भैया, तुम्ही रस नाही पीत का?"

"काय सांगू साहेब, रस काढायच्या नादात तहानेनं व्याकूळ होणंही कळत नाही साहेब! तुम्ही पाहिले गृहस्थ भेटलात की, ज्यांनी इतक्या वर्षांच्या कालावधीमध्ये पहिल्यांदा विचारलं की, तुम्ही रस पीत नाही का म्हणून. साहेब, आमच्या जीवनात हा रसच तर रस भरतो. उन्हाळ्यात उसाचा रस विकतो, तर हिवाळ्यात कणसं (भुट्टे) विकतो. पावसाळ्यात मिळेल ते काम करतो साहेब. आम्हाला या रसाच्या थेंबाचाही लोभ नाही. आमच्या वाट्याला आलाच तर उरलेला शिळा रस येतो. म्हणूनच आम्ही आर्थिक गरिबीतून बाहेर येत नाही. पण खरं सांगू साहेब, तुमच्यासारखे लोक माझ्या ठेल्यावर येऊन रस पिऊन शांत होताना जेव्हा मी पाहतो, तेव्हा मला खूप समाधान मिळतं."

कोण नेमकं कशाने समाधानी होईल, याचं शास्त्र नाही; पण समाधानी असणं, हे पूर्ण संस्कारांवर अवलंबून असतं, हे मात्र खरं. रसवाला किती इयत्ता शिकला असेल, माहिती नाही; पण त्यानं त्याच्या समाधानानं सांगून टाकलं की, आपल्या समाधानाची इयत्ता जीवनाचं उद्दिष्ट नेमकं कोणतं, या गृहपाठावर ठरत

जाते. घाम गाळून रस गाळणं, हा रसवाल्याचा जरी नित्यपाठ असला तरी भावनांची रसवृत्ती कशी वाढेल ते तो एका वाक्यात सांगून जातो. रसवालमध्येच म्हणाला, ''साहेब, आमचं जीवन या चिपाडासारखं आहे. स्वत:तलं गाळून चिपाड होऊन राहणं शेवटी हे चिपाडही जाळावंच लागते नं. जाऊ द्या साहेब, तुम्हाला रस पिऊन तरतरी आली नं?''

भर उन्हातला उसाच्या रसाचा घोट म्हणजे कौमार्याचा बहर वाटून जातो; पण जीवनाच्या पैलूंमधली रसज्ञतेची जाणीव एखादा रसवाला करून देतो. आपलं आयुष्य उसात शोधणारा रसवाला रसराज होऊन इतरांच्या जीवनात चैतन्याचा रस अन् का ओतणार? अलौकिकाचा रस गाळणारा रसवाला जेव्हा जीवन हे ऊस अन् चिपाडासारखं आहे आणि रस वाटण्यासाठी असतो, हे जेव्हा सांगून जातो; तेव्हा वाटतं की, माणूस होणं म्हणजे करुणेच्या निरांजनातील रसानं भोवतीचा तम दूर करायला निदान एक पाऊल पुढं टाकणं! हे पाऊल पुढे टाकता आलं, तर जगाचा रसभाव दृष्टीस पडेल. जीवनाच्या प्रत्येक क्षणात रसरंग भरता येईल. आयुष्याची रसवंती होईल. उसाचा रस पिताना हा सारा विचार करणाऱ्या व्यक्तीला रसवाल्यानं विचारलं, ''काय साहेब, काय विचार करता आहात?''

''काही नाही; रस कसा गळतो, ते बघतोय.''

''साहेब, खरं सांगू? हा रस गळतो, तेव्हा आमची चूल जळते.''

**

१६

बांबू

जिथं मनाची सर्व घर-घर विरून जाते अन् अंतरीची प्रसन्न ऊर्जा निर्झराप्रमाणे सळसळू लागते, ते घर! घर कितीही मोठं असलं, कितीही मोठ्या रचनाकाराकडून बांधून घेतलं असलं किंवा जगातल्या सगळ्यात मोठ्या बिल्डरकडून बनवलेलं असलं; तरी सगळं काही घरावर अवलंबून नसतं. घरात राहणारे कसे आहेत, ते महत्त्वाचं! घराच्या उत्कृष्टतेची खूप चर्चा असतेही; पण ते घर वापरण्याची साधनाच साधनेला बहुमोल करते, हे बऱ्याचदा अहंकाराच्या कोशात असलेल्यांच्या ध्यानातच येत नाही. मोठ्यांचा तो बंगला, सामान्यांचं ते घर आणि गरिबांची ती झोपडी, अशी व्याख्या करून मोकळं होताना मनाची पर्णकुटी कोसळून जाते की काय, असं वाटतं. घराला आधार कशाचा हवा असतो— भिंतींचा की व्यक्तींचा? आधार देण्याचा ध्यास— तो विकत मिळत

नाही. तो एखाद्या बांबूतही मिळून जातो; परंतु तो बांबू ज्या हातात आहे, ते हात ध्यानपूर्वक आधार देतात का, ते महत्त्वाचं.

"लोकाईच्या घरी विटावर वीट जोडता; त्याईच्या भिंतीले पिलास्टर करता; आपल्या भिंतीले पोपडेच्या पोपडे निघाले... नाही सिमेंट तं कमीत कमी माती तं पोता. तुमाले रोजचं सांगनं हाय. एकाददिशी छतासकट कौलं डोक्यावर पडले तं सांगितलं नाही म्हनसाल!" भूमिलालच्या बायकोनं पोटतिडकीनं सांगितलं. तसं तर तिचं ते रोजचंच सांगणं होतं. परंतु, मजुरीहून आलेल्या भूमिलालला रात्री जेवण झाल्यावर फाटक्या गोधडीवर पडल्यानंतर आपलं घराचं छत खरंच झुकलेलं आहे, हे लक्षात यायचं. बांबूच्या चैलीवर अधांतरी उभं राहून आपण लोकांच्या इमारती बांधतो; परंतु आपल्याच घराला आपण एका साध्या बांबूचा आधारदेखील देऊ शकत नाही, याची खंत त्याला वाटत होती.

शेवंता भूमिलालच्या जवळ आली आणि म्हणाली, "अहो धनी, आता इचार करू नका. म्या उद्या ठेकेदारासनी चार बांबू आन् दोन बल्ल्या मागून आणते. नस्ता उपद्व्याप होण्याआधी आधार देऊन टाकू आपल्या छताले. आता निवांत झोपा."

पडू लागलेल्या छताचं टांगतं ओझं डोक्यावर असूनही दोघांनाही शांत झोप लागली.

एखाद्या उन्मार्गी व्यक्तीच्या महालातही त्या व्यक्तीला झोप येत नाही; कारण तिथं मांडून ठेवलेली बेगडी श्रीमंती अंगावर चाल करून येते आणि इथे अंगावर पडू घातलेलं छत असूनही गाढ झोप लागते. त्याचं कारण, दोघांमध्येही फरक आहे. तो म्हणजे स्पंदनांचा. वस्तू आणि वास्तूमध्ये फरक आहे, अगदी तसाच. विकत घेतलेली वस्तू आणि बांधलेली वास्तू— हे जेव्हा कळतं, तेव्हा खरी स्पंदनं कळतात.

शेवंतानं दुसऱ्या दिवशी खरंच चार बांबू अन् दोन बल्ल्या आणल्या. भूमिलाल घरी यायच्या आधीच तिनं छताला आधार देऊन टाकला. आधार मिळाला की, परिस्थिती बदलते. आपली कुवत अजमावलीच नाही अन् आहे त्या स्थितीत सुस्त पडूनच राहिलो, तर परिस्थिती बदलणार कशी? भूमिलाल घरी आल्यावर बघतो, तर काय! चारही कोटे आधारानं उभे होते. "शेवंते, तुनं बांबू गाडले कावं आधाराले? इतलं करूनबी समजा छत पडलंच अन् मी वरतं गेलोच तं माया दोन बांबूची सोय झाली म्हणायची."

"ओ धनी, काहीबी बोलू नका. मुद्दामच चार बांबू आणले बगा. दोन

तुमचं, तं दोन माहे.''

"शेवंते, जेव्हा मी बांधकामाच्या वक्ती इमारतीच्या शेल्यावर या बांबूच्या चैलीवर उभा रायतो, तवा या बांबूची किंमत मले कळते. गोवर्धनाच्या आधाराले कृष्णाची एकच करंगळी असली, तरी बाकीच्याईचे बांबूच व्हते. या बांबूची कधी बासरी व्हते, तं कधी फुकनी होते. बासरीचा आधार संगीताले, तं फुकनीचा आधार चुलीले रायतेच. दोघामधूनबी फुका मात्र लागतेच; अन् शेवटी हा बांबू प्रत्येकाच्या प्रेतासोबत स्वत:ले फुकून घेते.''

"ओ धनी, लई झालं बांबूपुरान; गुमान जेवून घ्या. इतक्यात सेंट्रिंगचे तुकडेताकडे आनले नाही तुमीनं. आता स्वयंपाकाले चुलीत का पेटवील मी? उद्या इंधन नाही आणलं, तर चूल पेटणार नाही, सांगून ठेवतो.''

दुसऱ्या दिवशी भूमिलालला इंधन आणणं जमलंच नाही. शेवंतानं छताच्या आधाराला उभा केलेला एक बांबू पोटाची आग विझवण्यासाठी चुलीत पेटवला. उपेक्षा, दारिद्र्य सोसावे लागले, तरी चालत राहणाऱ्यांना वाटा गवसतात. प्रत्येकाला आयुष्यात सत्त्वपरीक्षा देताना आधार निघून गेल्यावरही आधार म्हणून कसं उभं राहता येईल हे जेव्हा कळतं, तेव्हा आपल्या कर्तृत्वाच्या जगाची लांबी-रुंदी कळते.

***

१७

आंबील

स्पर्श होण्याआधीच केवळ वाऱ्याच्या झुळकीनं फुलपाखरू थरथरावं; तशा फुलपाखराच्या तरल पंखांसारखा नितळ, पारदर्शी चेहरा असणाऱ्या आजीनं अंगणात शेणाचा सडा टाकला अन् अख्खं अंगण अत्तराचं झालं. दिवसभराच्या पोटार्थी वाटेवर दोन क्षण तरी स्वत:साठी काढावेत, म्हणून ती अंगणातल्या तुळशी वृंदावनाजवळ विसावली. आज तरी तो येईल, या आशेनं तिनं फाटकाबाहेर दूरवर बघून घेतलं. आयुष्यभर केलेल्या कष्टाचं फळ हे असं असतं का? कष्टानं वाढवेलल्या पोरानं जगणं नोकरीसारखं रूटीन केल्यावर हिशेबाखेरीज काय शिल्लक राहतं? आजीबाई इकडे रोज आयुष्याचा हिशेब मांडायची अन् पोरगा शहरात पैशाचा हिशेब मांडायचा.

आज मात्र आजीबाई थोडी खिन्न होती. तिच्या

चेहऱ्यावरचा प्रवाह थांबल्यासारखा वाटत होता. तिचा हसतमुख चेहरा नेहमी सुखाच्या वेगवेगळ्या उपवनांकडे न्यायचा आणि सुख असतं ते सूक्ष्म क्षणात, हे सांगून जायचा. तिच्या झोपडीवजा घराचा दरवाजा तोच; पण स्वागत नवं असायचं. तिचं बोलणं तेच असायचं; पण स्पंदनं नवी असायची. वृंदावन सारवता-सारवता आजीबाई पुटपुटल्या– "काय मेला हा प्रकाश... शहरात नोकरीला गेला... फ्लॅट का काय तं घेतलं म्हणे. दाखवलं तं नाहीच; पन आलाबी नाय."

तिच्या पाठीमागे उभ्या असलेल्या सुनंदानं ते ऐकलं. "काय झालं काकू, आज तुम्ही नाराज दिसत आहात?"

"मी कायले नाराज व्हईन गं पोरी? प्रकाश शहरात गेला; अजून परतला नाही, म्हणून काळजी वाटते. आमच्यासारखा वयसरला मानूस भुकेला असतो तो फक्त प्रतिसादासाठी. आता समजा, प्रतिसाद भेटतच नसंन तं संसारासारखी साडेसाती नाही; आन् जर का लेकराईकडून प्रतिसाद भेटला, तं मंग संसारासारखी मैफल नाही. जाऊ दे, नाही तं नाही. जंगलाच्या मैफलीतच आपल्याले आपला संसार शोधा लागते. रोज जंगलात लाकडं वेचाले जा लागते. लाकडाची मोरी विकून चार पैसे भेटले, का घरची चूल पेटते. सुनंदा, तुले सांगू? आता जीव रानात रमत नाही. या उनापाई पानझड झाली सारी. पाखरांसाठी कोण्या फांदीवर खोपा बांधावा; समजत नाही. माया खोप्यात मायं पाखरू रायलं नाही. जीव भारी उसवते माह्या. किती बांधू या लुगड्याले गाठी? बरं, गाठी बांधतो म्हनलं तं आता या जीवाले त्रान नाही उरला. या लुगड्याच्या लक्तरावानी माहा प्रान माया अंतरीच इरन का गं सुनंदे?"

"काकू... काकू... असं का म्हणता तुम्ही? तुम्ही तर पाखरासाठी खोपे बांधता नं? एक पाखरू गेलं म्हणून काय झालं? त्यानं त्याचा मोठा खुराडा बांधला शहरात. आपला खोपाच बरा."

"हे पाय सुनंदे, मानूस आपलंच रायलं तरीबी उत्कंठा लागून रायतेच नं?" आजीबाईच्या चेहऱ्यावर असंख्य स्पंदनांचा थरार जाणवत होता. आयुष्याचा प्रवास कर्मानं ठरतो, हेच खरं. किती किती मजकूर त्यात मिसळला जाईल, हेच कळत नाही. प्रकाशच्या आठवणीनं आजीबाईच्या हसतमुख चेहऱ्याला उदास बनवून टाकलं होतं. खरं तर स्वत:च्या कोशात पडून असलेलं अनुत्सुक मन चेहरा उदास बनवतं.

सुनंदा गहिवरल्याचं पाहून आजीबाईनं मनातला विचार पट्कन झटकला

अन् म्हणाली, "सुनंदे, जरा चुलीवर आंबिलीचं आंधन मांडते का? आता कटोरीभर पेऊन घेऊ अन् दुपारच्या वक्त्याले कटोरीभर पेईल. तेवढाच आधार होईल पोटाले. माया घरात वाट पाह्यनारे कोनी नसलेबी तं रानातले पक्षी माई वाट पायतेतच."

सुनंदानं ज्वारीच्या पिठाची आंबील चुलीवर मांडली. आंबीलला उकळी येत असताना आजीबाई म्हणाली, "सुनंदे, या आंबिलीवानी आपलं जीवन नाही काय? जास्त भिजलं का आंबूस होणारं अन् उकळलं का तरतरी देणारं? म्हणून सांगतो तुले, जीवनात विरजन कायचं पाडून घ्याचं, हेच महत्त्वाचं रायते. गोड विरजन घातलं का गोडवा कायम रायते. आन् कंटाळा आला साऱ्याचा मनलं का जीवन आमलंच समजा."

जीवनाचे हे बदल आत्मसात करून वावरणारी आजीबाई सप्तरंगी पट्ट्यात वावरते. ती सर्व भूमिका चवीनं जगते. "पाय पाय सुनंदे, आंबील उतू जाईल." आंबील उतू जाऊ नये याची काळजी घेणारी आजी तिच्या अंतरात गवसते. "सुनंदे, एक इचारू? तू मायाकडे येते, मायासाठी का माया प्रकाशसाठी? मले ठाव आहे, तुहं प्रकाशवर प्रेम आहे."

सुनंदा लाजली. तेवढ्यात आजीबाई म्हणाली, "सुनंदे, या आंबिलीचं आन् ज्वारीचं जसं नातं आहे नं; तसं प्रेमाचं नातं रायते. आधी पीठ होते, मग विरजते; आन् शेवटी ताकद देणारी आंबील व्हते."

***

धूर

१८

गतीची ऊर्जा लोपली की, निराशा दबक्या पावलांनी वळचणीला येते. आपल्या सुखवस्तू आयुष्यात आपणच एक प्राणहीन सुखी वस्तू होऊन जातो. आयुष्य करपायला किंवा त्याचा धूर व्हायला वेळ लागत नाही. धुराचं असंच असतं. पेटू लागलं की धूर निघू लागतो. धुराकडं बघितलं तर असं वाटतं, आकाशाच्या तीव्र ओढीनं हा धूर प्रवाही राहतो. प्राणपणानं तो अवकाशात विलीन होणारच. धुराच्या अणू-अणूतला हा निश्चय खरं तर जीवनाला गती देतो. धुराचं धूरपण त्याच्या गतीत, त्याच्या विशाल उद्दिष्टात आहे याचाच कुठे तरी विसर पडतो.

शेताजवळच्या घरात सांजेला चूल पेटली होती. कौलारू छतातून धूर रेंगाळत धूसर होत होता. धूर दाटला की, माय फुंकणीतून फुंकून चुलीच्या पोटात आग भडकवत होती.

मातीच्या सारवलेल्या रेखीव भिंतीतल्या कोनाड्यातली दिवटी आता पेटणार होती. घरासमोर चार विटांच्या चौकोनात तुळस अंगणात बसकण मांडून बसली होती. औदुंबराच्या झाडावर पाखरं सांज-मौनात बसली. सांजेला निसर्ग मौन धरतो अन् माणूस मौन तोडतो.

दिनेश घरात आला. ''आई, ए आईऽऽ मला वीस रुपये दे,'' असं म्हणत ओरडतच आला. तसा वीस रुपयांचा तगादा त्याचा रोजचाच. आई शांतच होती. बाहेर पत्र्याच्या छताखाली गायसुद्धा शांतपणे रवंथ करत होती. माय उभी राहावी म्हणून ढुशा मारणारं उनाड वासरू तिला ढुशा मारतच होतं. दिनेश पुन्हा ओरडला, ''आईऽ पैसे दे.'' आई शांतच. तो जवळ येऊन हात हलवून तिला पैसे मागू लागला.

तेवढ्यात आई म्हणाली, ''अरे दिनेशा, पाहा— त्या वासराकडे पाहा. तो दुधासाठी ढुशा मारतो अन् तू रोज दारू ढोसण्यासाठी. 'देवा, कशासाठी रे तू मोहाची फुलं निर्माण केलीस?' तुझ्या बापानं दारूपाई शेती विकली. पत्त्यापाई पैसे गमावले. उधारी फेडून नाई झाली तं आत्महत्या केली. आता तूसुद्धा व्यसनाच्या मागे धाव अन् तूही तेच कर. आम्ही बायांनी मात्र सारंच सहन करायचं. आम्ही शेतमजुरीही करायची, शेतीही करायची. कितीही पडता काळ आला तरी आत्महत्या मात्र करायची नाही. कारण काय, तर आम्ही आमच्यावरच जागता पहारा करतो. पाहा त्या गाईकडे— ते वासरू त्याच्या खुरानं तिच्यावर ओरखडे मारत आहे; पण त्याचे ओरखडेदेखील दुखावत नाहीत अन् तुझा मखमली स्पर्शदेखील मला वेदनादायी का वाटतो रे दिनेशा? दुःखाचे कढ आणि सुखाची गुंगी दोन्हीही सवयीचे भाग असतात म्हणा. मी पाटलाकडली पोरगी चांगली शिकली असून माझ्या बापानं तुझ्या बापाला दिली. तुझ्या बापानं व्यसनापाई माझं वाटोळं केलं. आता उरलंसुरलं तू वाटोळं कर. तुमच्या सवयी आधी मनात मग शरीरात घर करतात आणि शेवटी घरं तुटतात. मग घर घडवायचं कशाला? कशाला घालायचा संसाराचा घाट? अरे, आपल्यापेक्षा ती मुकी जनावरं बरी. घर नसून त्यांना आपलीच सोबत आपल्याला असते. खास म्हणजे, स्वतःची ओळख झाल्यावरची त्यांची स्वतःची सोबत असते, म्हणूनच ती जनावरं तंबाखूच्या पानाला तोंडदेखील लावत नाही आणि तुम्ही जाणकार असूनही टाकता तंबाखाचे बुचके तोंडात!''

आईची अशी बडबड सुरू असताना दिनेशचा मात्र तगादा सुरूच होता. चुलीवर मांडलेल्या भाताला उधाण येऊन त्यातलं पाणी पेटणाऱ्या लाकडावर

पडलं अन् घरात पुन्हा धूर दाटू लागला. आई फुंकणी हातात घेऊन पुन्हा फुंकू लागली. त्या वेळेस मात्र तिच्या डोळ्यांत पाणी होतं. धुरामुळे होतं की गहिवरल्यामुळे होतं, माहिती नाही. तिनं पदराचा शेव डोळ्याला लावला अन् म्हणाली, ''अरे, तुमच्या पूर्वजाईनं कधी आत्महत्या केली नाही. प्रतिकूलतेला टक्कर देताना कणखर असणारी त्यांची मनं होती. तहान-भूक विसरून, रात्रीचा दिवस करून, क्षण अन् क्षण मंतरून टाकणारी त्यांची मनं होती. परंतु थोडंसं यश मिळालं, चार पैसे गाठीशी आले की, तुमच्या संघर्षाची धार बोथट होते. तुमच्या पावलांतली ऊर्जा काढता पाय घेते. एकदा दारू ढोसली की, तुमची पावलं सरळ पडत नाहीत; ती नागमोडी पडतात. तुम्ही पुरुषांनी आम्हा बायांचा कधी तरी विचार केलाय? तुम्ही मिळणाऱ्या सहज उत्पन्नात सुखावलात किंवा घरातल्या इतर कुणाच्या यशाची सावली होण्यातच समाधान मानलं. दिनेशा, तुला तर मी आज पैसे देणार नाही आणि दारू पिण्यासाठी तर नाहीच नाही. बघ, हा घरात झालेला धूर बघ. कौलांच्या माथ्यावरून निघून तो आकाशमय होतो. तो नाहीसा करण्यासाठी जशी चुलीत फुंकर घालावी लागते ना, तशी मनावर घालावी लागते. दिनेशा, माझ्या चितेचा धूर आसमंतात विलीन होण्याआधी सावर.''

***

१९

हळव्या स्वप्नांच्या मूक भावना

डोळ्यांत स्वप्न साठवलं की, डोळे स्वप्नाळू होतात. डोळ्यांच्या कक्षेत सामावणारं स्वप्न क्षितिज छेदणार असतं, या संभ्रमात नजरवंतांनी राहू नये. कारण, काही स्वप्नं आभाळ साठलेल्या अशा डोळ्यांमध्ये असतात. अशी स्वप्नं कितीही देखणी आणि गोजिरवाणी असले, तरी ती स्वप्नपिपासू ठरू शकतात. अशा स्वप्नांना डोळ्यांतलं आभाळ खुडून नेण्याची सवय असते. गहिवरल्या अश्रूंची चिंब स्वप्नं बंदिस्त करणाऱ्या पापण्या अशा वेळी घट्ट बंद करून घेण्याचा प्रयत्न करतात. मग डोळ्यांचं रान होतं. स्वप्न पूर्ण न करणाऱ्या डोळ्यांचं आणखी काय होणार? अशी स्वप्नं अस्तित्वाची राखरांगोळी करतात. रंगणारी मेंदी आणि सप्तरंगी बांगड्यांचा हातठेला घेऊन 'बांगडी बिल्लोर' म्हणत ओरडत निघतात. बांगड्यांच्या किणकिणणाऱ्या स्वरातदेखील स्वप्नभंगांचं आक्रंदन असतं.

हातात मेंदी रंगणार असली, तरी पूर्वाश्रमीचं रंगवलेलं स्वप्न ओंजळीतून सांडून जाणारं असतं. मेंदीच्या आरक्त झालेल्या अशा गोऱ्या मुलायम हातावरच्या रक्तवर्णी छटादेखील गुदमरू लागतात. जुन्या मिठीत फुललेलं चांदणं आणि हातांचा झालेला झुला पार कोलमडून पडतो. गहिऱ्या डोळ्यांतलं स्वप्न सांभाळण्याचा तिचा प्रयत्न कुलवंतिणीचा जरी असला, तरी तो केविलवाणा ठरतो. डोळ्यांच्या कडांवर पापण्यांच्या आत सख्याच्या पावलांचा ठेका चुकत-चुकतच पडतो. डोळ्यांत असं स्वप्न दाटलेलं असताना वाट तरी कशी मोकळी होणार म्हणा? नीज विसरलेले डोळे अशा वेळेला थिजतात, त्याची खंत कुणालाच नसते आणि म्हणूनच जोडीदाराचं स्वप्न अशा डोळ्यांतून पाझरू लागतं. खरं तर स्वप्न दिव्यासारखं जागतं ठेवलं, तर आयुष्याच्या किती तरी वाती खर्ची कराव्या लागतात. संदर्भ संपत आले की, स्वप्नांचे तपशील शिल्लक राहतात.

आधीचं स्वप्न बेइमान झालं की, नंतरचं ठरवूनही चांगलं पडत नाही. आजकाल स्वप्नांना माणसांची सोबत असते. स्वप्नांच्या बेइमानीला ते आपल्या दुष्ट नजरेचा गिलावा देतात. स्वप्न वर-वर एकमेकांशी काहीएक संबंध असल्याचे दाखवीत नसले, तरीही त्यांचे अंतस्थ संदर्भ फार दृढ असतात. डोळ्यांतला चंद्र सांडू नये यासाठी स्वप्नांचे कसोशीचे प्रयत्न असले; तरी नियती हुलकावणी देते आणि तो चंद्र ओघळू लागतो. अशा वेळेला ओठांवरचं चांदणंदेखील कोमेजतं. डोळ्यांत साठलेली स्वप्नं जळत्या कापरासारखी मागे काहीही न ठेवता उडून गेली की, आयुष्य सैरभैर होतं. डोळ्यांच्या टोकावर दाटलेलं स्वप्न अश्रूंसारखं अंगठ्यानं दूर सारता येत नाही. उजागर सौभाग्याचा टिळा भाळी कोरण्याचं स्वप्न घेऊन धावत सुटलेले डोळे पाण्याच्या पडद्याआडून त्या माथ्याचा वेध घेत असतात. अशा वेळी त्या माथ्यानं पाठ फिरवू नये, असं स्वप्नांना वाटतं. पण तो काळ जाणतेपणानं त्या माथ्यावर धुकं पांघरतो.

डोळ्यांना स्वप्नांनी जुमानले नाही की, डोळे मिटू पाहतात. आपल्या डोळ्यांनी अश्रू साठविण्याचे कसब साधले पाहिजे, असं स्वप्नांना स्वप्न सांगू पाहतं. स्वप्नांची जाणीव दोन हृदयांच्या तळापर्यंत होत राहिली की, स्वप्न तळ गाठतं; पण त्यासाठी दोन्ही हृदयांतील स्वप्नांनी डोळ्यांत घेऊन स्थलांतर केलं पाहिजे. डोळ्यांत स्वप्न कोंबून पापण्यांनी आभाळ मोजलं पाहिजे. डोळ्यांतील खोबण्यांना स्वप्नांच्या कोरून ठेवलेल्या नक्षी कळत नाहीत. त्या कळल्या असत्या, तर स्वप्नांची भूक घेऊन डोळ्यांत बळ आणण्याचे सारेच अन्वयार्थ कळले असते. स्वप्नं अश्रूंमध्ये अडकत नाहीत; ती डोळ्यांमध्येच अडकतात.

डोळ्यांमधलं बळ संपलं की, स्वप्नं पापण्यांच्या आत निपचीत पडून राहतात. अशा वेळी शरीर जमिनीवर अन् नजर आकाशाकडे असते. बोचऱ्या स्वप्नांना जमिनीचाच आधार असतो. स्वप्नं जगण्यासाठी येतात; तशीच ती मरणासाठीही येतात. प्रेताचा मोह धरायचा नसतो, हे डोळ्यांना जसं कळतं; तसं मृत्यूच्या दारी एकट्यानंच जायचं असतं, हे स्वप्नांना कळतं. हळद अंगाला लावण्याचं स्वप्न भर उन्हात धरा पेरत असली, तरी सूर्याला इतकी तहान लागलेली असते की, तिच्या स्वप्नांची सोनकूस तो आखण्याचा प्रयत्न करतो. परंतु, पृथ्वीचं हृदय तापतच नाही. आयुष्यभराच्या सुंदर स्वप्नांचे देवदत्त लेणे लेवून काजळकडा स्वप्नपूर्तीची याचना करतात.

***

२०

खिराडी

विहिरीतलं पाणी खोल-खोल गेल्यानंतर सरसर-घरघर करणारी खिराडी आपला पराभव पत्करते. खोल विहिरीच्या तळातील जीवन उपसून ती थांबली की वाटतं, जीवनचक्र थांबलं की काय? खरं तर पाण्यात ओलावा असतोच; पण त्यात तहान मिसळली की, पाण्याला चव येते. चव दोनच गोष्टींवरून ठरत असावी. एक तर एखादी गोष्ट सहजपणे आणि विपुलतेनं मिळाली की त्यातली चव निघून जाते आणि दुसरी म्हणजे, अनावर उत्सुक असूनही उपलब्धच होत नाही तेव्हा. खिराडी या दोन्ही चवींना अनुभवते. तिच्या विहिरीला वाफवून टाकणाऱ्या सूर्याचा ती राग करत नसली तरी विहिरीची कूस आटल्याचं शल्य तिला असतंच. विहिरीच्या खोल गेलेल्या काळेपणाचं एक अनामिक भीतीचं सावट तिच्यावर असतं. अमंगलाचा स्वीकार करून घेणारी अन्

मंगल पाण्याचं दान देणारी विहीर आज अशी का आटून गेली असावी, असा प्रश्न खिराडीला पडतो.

भर दुपारी कमरेतून वाकून गेलेली आजीबाई खूप खोल विहिरीच्या तळातील पाणी उपसण्यासाठी आली. तिनं दोर बांधलेली बादली खिराडीवरून विहिरीत सोडली. विहिरीतल्या पाण्यापर्यंत तिचा दोर काही पोचला नाही. औदुंबराच्या झाडाखाली हिरव्याकंच सावलीत असलेल्या विहिरीच्या पाण्यातील प्रतिबिंबात दत्त शोधणारी आजी आज पाणी शोधू लागली. तिनं आजूबाजूला बघितलं— कुणीच तिच्या नजरी पडलं नाही. खिराडीचा उपयोग न करता पाणी काढण्याचा तिचा प्रयत्न असफल ठरला. बादलीभर पाण्यासाठी कुणाला आवाज देऊ, कुणाला बोलवू, असं म्हणत ती अस्वस्थ झाली. बादलीभर पाण्यासाठी ती याचनामग्न झाली. बादलीभर पाण्यासाठी असे याचनामग्न होणे फार यातनामय असते. पाण्यासाठी असे होणे म्हणजे कुणाच्या पराभवाचे ते विषयांतर आहे? उन्हाच्या, खिराडीच्या, दोरा-बादलीच्या की आजीच्या पराभवाचे? खोल गेलेले डोळे खोल गेलेल्या विहिरीला न्याहाळत असताना असं वाटलं, या विहिरीच्या तळातल्या पाण्यापेक्षा डोळ्यांतल्या पाण्यात विद्यमान असलेले संदर्भ आयुष्याच्या झालेल्या पाण्याचे तपशील देऊन जातात.

उन्हाळ्याच्या सुट्या लागल्या म्हणून पत्ते खेळत बसलेला मुलीला आईनं म्हटलं, "अगं रेश्मा, आजी बघ बरं एवढ्या उन्हाची कुठं गेली ते? कदाचित विहिरीवर पाणी आणायलाच गेली असावी. लुगडंसुद्धा धुऊनच येईल बहुतेक." छोटी रेश्मा आईचं म्हणणं ऐकताच धावत सुटली. तिच्या धावण्यानं घरातल्या पिंजऱ्यातल्या गोल रिंगणावर बसलेला राघू समाधी भंगल्यागत फडफडला. मुग्ध दुपार अंगावर भिनवत त्यानं पंख शहारून टाकले. रेश्मा आजीजवळ पोहोचली, तेव्हा आजीनं डोळ्यांत पाण्याला जागा दिली होती. आजीच्या थोराड चेहऱ्यावर तिच्या करुणेच्या सुरकुत्यांनी जाळं विणायला सुरुवात केली होती. बादलीला लागलेला दोर आजीच्या पायाशी खेळत होता.

"आजी, का गं अशी बसलीस? चक्कर-बिक्कर आली की काय?" पालथ्या हातावर डोळ्यांतले टिपूस निपटून काढताना आजीला गलबलून आलं. "अगं आजी, विहिरीतून पाणी काढता आलं नाही, म्हणून रडतेस कशाला? थांब, मी काढू लागते तुला पाणी."

"अगं रेश्मा, दोर पुरत नाही. पाणी खोल गेलं ना, नाही तर मीच काढलं असतं पाणी." रेश्मानं इकडे-तिकडे पाहिलं आणि चट्कन म्हणाली, "अगं

आजी, सोपं आहे. तुझं लुगडं बांधून या दोराला बांध, म्हणजे दोराची लांबी वाढेल!''

आजीला रेश्माचं कौतुक वाटलं. रेश्मानं आपल्या चिमुकल्या हातानं दोराची आणि लुगड्याची गाठ बांधली. रेश्मानं बांधल्यावर मग काय, ती रेशीम गाठच ठरणार. पाण्याचे ओठ शिवले असले तरी रेश्माची गाठ पक्की होती. आळसावलेल्या खिराडीला उत्साह चढला. काही काळ निराधार वाटलेल्या आजीच्या हाताला रेश्माच्या कोवळ्या हातांचा आधार वाटू लागला. आजीच्या हरवलेपणामुळे खिराडी अस्वस्थ झाली होती खरी, पण रेश्माच्या येण्यानं तिची घरघर सुरू झाली. दुपारच्या कुरकुरणाऱ्या खिराडीला बाल्यावस्था अन् वृद्धावस्थेचा मध्य साधता आला. असा मध्य साधता आला, तर खोल गेलेल्या काळ्या गडद आयुष्यातूनही जीवन उपसता येतं.

***

नाम्या

२१

ओंजळ उघडून ध्यान दृष्टीनं जगत राहिलं की, कुठे ना कुठे अनपेक्षितपणे करुणा प्रकटते आणि प्रकाशाच्या मार्गावर कसे जाऊन पोचतो, हे कळतही नाही. अवतीभवती हजारो माणसांचा घोळका वावरत असताना एखादा माणूस प्रगतीची वाट दाखवून जातो, त्या वेळी ती बाब चिंतनाची असते. ज्ञानाकडे निघणारी पाऊलवाट शोधताना 'मला काही समजत नाही' म्हणणाऱ्याला बरंच काही समजून जातं. आपलाच पराभूत चेहरा पाहणाऱ्याला आत्महत्येकडे नेणारा रस्ता संपतो.

घर तुटल्यानंतर शहरात आलेल्या नाम्यानं हॉटेलात कपबशा विसळायचं काम पत्करलं. ''एऽ कपडा मार, कबसे तेरेको टेबल साफ करनेको लगाया रे'' ... ''नाम्या, चार नंबर के टेबल पर पानी दे''— अशी वाक्ये नाम्याला रोजच ऐकायला मिळायची. हॉटेलमध्ये येणाऱ्या प्रत्येकाचं नाम्याला

काही ना काही ऐकावं लागायचं. आपल्याकडे सगळेच तुच्छतेने बघतात, याची खंत त्याला नेहमी वाटायची. एकदा एक व्यक्ती नाश्ता करण्यासाठी हॉटेलमध्ये आली. तिनं नाम्याला हाक दिली-

"एऽ पोरा, इकडे ये!"

नाम्या नेहमीप्रमाणे खांद्यावर कपडा टाकून मुकाट्यानं पुढे सरसावला. त्याला वाटलं, हा माणूस आपल्याला टेबल साफ करायला लावेल, खरकट्या डिशेस उचलायला लावेल, नाही तर पाणी तरी आणायला लावेल; परंतु त्या व्यक्तीनं असं काहीच केलं नाही. त्या व्यक्तीनं नाम्याचा हात धरत विचारलं,

"बेटा, तुझं नाव काय?"

नाम्याला एवढ्या आत्मीयतेनं कुणी तरी पहिल्यांदाच विचारलेलं होतं.

"माय नाव नामदेव."

"शिकतोबिकतो की नाहीस?"

"नाही साहेब! कसं शिकणार? दिवसभर हॉटेलमध्ये काम केल्यावर कसं शक्य आहे?"

"अरे, मग रात्रपाळीतल्या शाळेत शिकायचं की."

"साहेब, रात्रीची पाळीदेखील आवरसावर करण्यातच जाते. गिऱ्हाईकाले रात्रीपर्यंत भूक लागते. ते गिऱ्हाईक कधीपन येते. त्याईची भूक शमते, तशी माई शिक्षणाची भूक शमून जाते."

"अरे पण, नॉमिनल ॲडमिशन रात्रपाळीच्या शाळेत घेऊन घे. सवड मिळाली की अभ्यास करत जा. परीक्षेपुरता तरी जाऊ शकशील की नाही शाळेत?"

"साहेब, मले नेहमी वाटते, का माही लायकी फक्त गुलामाची नाय. मी हरकाम्या म्हनून जन्माले आलो नाय."

"अरे, मग तू शिकण्याच्या या वयात इथे कामाला कसा लागलास?"

"साहेब, आयुष्यात एखादी आपत्ती आली ना, तं थे कोणत्या वरनावर मानसाले निऊन ठेवंल; सांगताच येत नाय."

"खरं आहे नामदेव तुझं. एखादी आपत्तीच आयुष्याची संपत्ती होऊन येते."

"साहेब, आमचं कौलामातीचं घर होतं. जोरात आलेल्या पावसानं ते पडलं. माया बा त्येच्यात दबून मेला अन् माई माय धसक्यानं मेली. मले वाऱ्यावर सोडून दोघंही देवाघरी निघून गेले. शेजारच्या पक्यानं मले काम

मिळवून देतो म्हनत शयरातल्या या हॉटेलामंधी आणून सोडलं. नातेवाईकबी किती दिवस खाऊ घालतीन म्हना! रात्र झाली का समोरच्या बसस्टॉपवर झोपतो. पायटेले पुन्हा हॉटेलात येतो. बरं हाय का, हाटेलात आंघोळी-पांघोळीची सोय हाय. साहेब, तसा या हॉटेलचा मालक चांगला हाय. शंबर डाव रागावते, पन एक डाव नक्कीच प्रेम करते. तो म्हनला व्हता का, माय काम पाऊन त्याच्या आऊट हाऊसमंधी जागा देईन राह्याले. साहेब, मले रात्रपाईच्या शाळेत ॲडमिशन भेटीन काय?''

"का नाही मिळणार तुला ॲडमिशन? मी मिळवून देईन."

"साहेब, लय उपकार व्हतील बघा तुमचे. मले शिकाले भेटलं का, तुमचं रुन कसं फेडनं ते मले माहीत नाय. पर शिकून लय मोठा होईन, साहेब.''

"नामदेव, तुझा आतापर्यंतचा प्रवास मला कळला. वाटेतल्या अडथळ्याजवळ थांबून राहायचं की त्या अडथळ्यापलीकडून नव्या वाटेनं चालत राहायचं, हे पावलांनी ठरवायचं असतं. तुझ्यातली इच्छाशक्ती ते अडथळे पार करणार, हे निश्चित."

"पर साहेब, आयुष्यातल्या अडथळ्याईले सीमा नसते काय हो?"

"बेटा, क्षमता शोधायची संधी मिळाली असं समजून घडणाऱ्या आघातांकडे पाह्यलं, तर त्या सीमा तोकड्या वाटू लागतात. वाट आहे म्हणजे अडथळे येणारच; आणि जिथं प्रश्न असतात तिथं उत्तरंसुद्धा असतातच. नाम्या, एक दिवस तुझ्या स्वत:च्या मोठ्या हॉटेलमध्ये येऊन मी चहा पिणार. पाजणार की नाही?"

***

घट डोईवर

२२

गतिमान पावलांतल्या पैंजणांसारखी गाईच्या दुधाची धार पात्रात रुणझुणत होती. दूध दोवता-दोवता तिनं वासराकडं वळून पाहिलं... वासराची आकंठ हाक आणि गाईचं तीक्ष्ण टोकदार मौन. तिला मौन तरी कुठं साधलं म्हणा? सारखा वात्सल्याचा पाझर ओसंडून वाहत असल्यासारखं कपिलेलाच ते भावलं, आकळलं. पण, गायच ना ती! तिला कुठे होती अभिव्यक्तीची अनुमती? कुठे होती मनमुक्त पिसाऱ्यासारखी धुंद अनुभवपूत मीलनवेळा? पाझर फुटावा म्हणून नुसतंच पान्ह्याला तोंड लावून ठावेला बांधून ठेवलेल्या वासरांच्या भुकेची तमा माणसाला कशी कळणार म्हणा? स्वार्थाच्या प्रवेशबंद कोशात आपलाच घट कसा भरता येईल, एवढंच त्यानं पाहिलं. उर धपापत असून, वाहता खळाळता प्रवाह प्रचंड असून, नातं अधांतरीच ठेवणं माणसाला जमतं की

काय?

कपिलेचं अन् सरिताचं सारखंच. कपिलेचा घट तिच्या दुधाच्या धारेनं भरत असला तरी तो तिच्यासाठी रिकामाच असायचा; कारण तिच्या वासरासाठी तो कधीच भरला जात नव्हता. इकडे सरितेसाठी रित्या घागरीसारखी, निळावंतीच्या काठावर जाऊन तहानलेल्या मृगासारखी; चंद्रबिंब मनावर गोंदून न घेता आल्यामुळे उदासवाणी सकाळ रोजच उगवायची. कारण, तिच्या लेकरांसाठी पाण्याचे घोट मिळावेत म्हणून सरितेला कोसोदूर घटभर पाण्यासाठी पायपीट करावी लागायची. प्रत्येकाच्या घोटभर पाण्यासाठी माऊलीला घटभर पाणी आणावं लागतं, ही तहानेचीच किमया.

खरं तर घट कसाही असो, तो कुठल्याच घराकडे पाठ फिरवून जात नाही. प्रत्येकच घरात तो गारवा देत असतो. घरातला पाण्याचा घट आपला आहे म्हणणं, ही आपली भूल असते. तो मातीचा असतो, म्हणून तो मातीतलं पाणी आपल्यात सामावून घेतो. तेव्हाच तर तो मातीचे ओलावलेले श्वास स्वत:त जपतो. विटांच्या भट्टीवर विटांना आकार देणारी सरिता भल्या सकाळी कधी कमरेवर, तर कधी डोक्यावर घट घेऊन ओढ्यावर पाणी आणायला जायची. झोपडीत असलेल्या झोळीच्या पाळण्यात तिच्या तान्हुल्याला टाकून ती पाण्याला जायची. घरात तान्हुला आकार घेत असताना निराकार मातीला विटांचा आकार देणारी माऊली मातीशी जोडल्या गेलेल्या प्रत्येक हाताच्या श्रद्धेच्या कोंदणात कर्माला बसवायची.

नवरा गेल्यापासून दाणाही तिनंच आणायचा अन् पाणीही तिनंच आणायचं. गाळलेल्या घामाचं तीर्थ तिनंच करायचं आणि श्रमाचा प्रसादही तिनंच करायचा. जमिनीत राबणाऱ्या हातांनी जोडून काही मागण्याचे कारणच उरत नाही, असं सरितेनं मनाशी ठाम ठरवून ठेवलं होतं. राबणारे हात मातीतून खूप काही साकारतात आणि ते साकारणं ओंकारस्वरूप असतं, असं सरितेनं कधी तरी ऐकलं होतं; आणि ते खरंच आहे. मातीतून विटा साकारल्या नसत्या, तर आम्हाला घरं कशी मिळाली असती? त्या परमेश्वराला मंदिर तरी मिळालं असतं का?

पाण्याला जाताना तिनं बाळाला निजवलं. घट कमरेवर घेतला अन् पुटपुटली, हा घट रोज रिकाम का होत असावा? दिसतोही मेला शून्यासारखा गोल-गोल. एक मोठ्ठं शून्य. सरिता तो घट घेऊन लगबगीनं निघाली. झोळीतलं लेकरू उठण्याआधी तिला परत यायचं होतं. विटांच्या भट्टीत काम करून मनानं पोळलेली सरिता भट्टीचाच विचार करायची.

तिच्या मनात विचार आला, विटाही भट्टीत शिजतात अन् हा घटसुद्धा भट्टीत शिजतो. दोघांनाही शिजल्याशिवाय टणत्कार येत नाही. पण, प्रत्येकच विटेला कळसापर्यंत पोचता येत नाही आणि प्रत्येकच घटाला माठ होता येत नाही. एखादं बारीकसं छिद्र त्या घटाचं खपरेल करून टाकतं. तिचा विचार अगदी खरा होता. प्राक्तन हे असंच असतं— अटळ, टाळता न येणारं; कितीही शिजून घट होणारं किंवा कितीही शिजून खपरेल होणारं. शेवटी प्रत्येकच घटाचं खपरेल होतंच म्हणा! परंतु, एखाद्या घटाला शिवालयातल्या पिंडीवर थेंब-थेंब करून अभिषेक देण्याचा मान मिळतो, तर एखाद्या घटाला प्रेतासमोर विस्तव घेऊन जाण्याचा मान मिळतो.

सरिता ओढ्यावर पोचली. ओढ्यातलं आटलेलं पाणी पाहून ती थबकली. ओंजळी-ओंजळीनं घटात पाणी भरणारी सरिता धब्कन खाली बसली. ओढा आटला असला तरी सरितेनं आटून चालणार नव्हतं. वासरासाठी कपिला आटली नव्हती; अगदी तसंच. हवीहवीशी असोशी शोधण्यातच आयुष्याचा घट भरायचा असतो. पावलांत बळ असलं की, असे घट भरता येतात. परंतु जाणिवांचा घट डोईवर धरता यायला हवा; त्याचा ताल आणि तोल सांभाळता यायला हवा.

***

२३

'नभा, तू उतरून ये'

स्वप्नं दाखवणाऱ्या नजरेची वाट पाहावी. काजळकडांवर वसणाऱ्या स्वप्नांची वाट पाहावी. मातीला लोण्यागत मऊ करणाऱ्या थेंबाची वाट पाहावी. आतून फुलणारी नजर दिपवून टाकणाऱ्या आभाळाच्या तुकड्याची वाट पाहावी. खरा प्रवास आनंदयात्रा म्हणून करायचा असेल, तर वाटच पाहावी; कारण वाट पाहण्याला प्रेमात पर्याय नाही. शिवाय आभाळ नावाच्या कोड्याला शरण जाण्याशिवाय पर्याय नाही. तसंही प्रेमात पडल्यावर शरण जाणं, हाच शेवटचा पर्याय असतो आणि पावसाच्या, पर्यायानं आभाळाच्या प्रेमात सारी सृष्टीच पडलेली असते. उन्हाच्या भुलीनं वारा झालेलं पाणी बाष्परूप होऊन ढगांना जवळ करतं, ते आभाळाच्या प्रेमात पडल्यामुळेच. दूर जंगलात सुकलेल्या ओढ्याकाठचं एखादं विवेकी झाड आपल्या बुडाशी साठवून ठेवलेल्या पाण्याचा ढग करतं, ते

आभाळाच्या प्रेमात पडल्यामुळेच. चटावलेल्या उन्हानं पळविलेलं पाणी, डोळ्यांतलं पाणी जेव्हा शोधू लागतं; तेव्हा प्रेमाचे गहिवर दाटून येतात, तेही आभाळाच्याच रूपानं. मेंदीभरल्या हातांचा माग घेत ढगही तिच्याच गावाकडे वळतात आणि स्वप्नसखीच्या लवलवत्या केशभारातून टपटपणाऱ्या पाण्यासारखं आयुष्य टपटपून जातं. असं आयुष्य टपटपून घेणं समजून घ्यायला मातीचं काळीज लागतं. ते रुसलंय का... रागावलंय का... खूप काही थेंबांतून सांगायचं आहे का, की डोळ्यांतल्या थेंबांसारखे तेही थेंब थिजलेत?

सखी हळदगोरी होऊन मेंदीभरल्या हातांनी तिच्या सासरी गेली असली, तरीही तिच्या विरहात होरपळत असताना शुष्क डोळ्यांच्या विरहण्यानं मनाच्या कोपऱ्यात ओलावा कायम ठेवलेला असतो, तोही तिच्यावरच्या आभाळमायेमुळेच ना! एरवीचं असतं ते आकाश, ते भरून आलं की मगच होतं त्याचं आभाळ. असं भरून येणं, हे विरहालाच कळतं. सखीच्या सहवासातले ओलसर श्वास आता मात्र वाऱ्यात मिसळतात आणि वाऱ्यात मिसळलेल्या त्या ओलसर श्वासांमुळेच आभाळ भरून येतं. पूर्वाश्रमीच्या सखीच्या भावना उन्हानं वितळून गेलेल्या असतात. त्या भावनांना डोळ्यांतल्या पाण्याचे अन् आभाळातल्या गाण्याचे मल्हारसंदर्भ कळतच नाहीत; कारण तिचं आकाश तिच्या सासरचं झालेलं असतं.

आभाळातलं गाणं सखीला परत करेल, अशी भाबडी कल्पना मनात घोळ घालत असली, तरी त्याचा नुसताच गडगडाट होतो. आभाळातल्या चमकणाऱ्या विजेप्रमाणे काळजातही वीज चमकते आणि लगेच सारं शांत होतं. पण, सुरांना गाण्याचा शब्द दिला असल्यानं पुन्हा खोटी आशा आभाळासारखी मनात दाटून येते. सैरभैर पसरलेल्या ढगांच्या पुंजक्यांना एकत्र करून मेघमल्हार गाण्याची वाट पाहतो. या खोट्या आशेचं केविलवाणं होणं मोठं सुस्वर होतं. श्वासात पाऊस अन् नजरेत ओले मेघ पेरत सुकत चाललेल्या आपल्याच गाभ्यात जे आशेचे चुकार थेंब रुजवतात, त्या आभाळाच्या भरून येण्याची वाट पाहताना कसलीच खंत करू नये. कारण, ते जेव्हा भरून येतं, तेव्हा त्याच्या ओलाव्याच्या मिठीत सारं आयुष्य न्हातं. मग कितीही वाट पाहायला लावली असली, तरीही.

जुना अल्बम गेल्या पावसाळ्याच्या ओल्या आठवणी पुसू देत नाही; मग आभाळ पुन्हा भरून येतं. अशा वेळेला हळव्या जीवाचे श्वासांमध्ये जुने उसासे उमटतात. वारा पाचोळ्यांशी खेळ मांडत असला, तरी आठवणी पाचोळा होत नाहीत. झाडांची साथ सोडलेल्या पानांमध्ये उडून जाण्याची तगमग असली तरी

जुन्या आठवणी मनाची साथ सोडत नाहीत. खरं तर वाऱ्याला सारा पाचोळा क्षितिजापलीकडे भिरकवून द्यायचा असतो. पण, मंदिराच्या पायापासून कळसापर्यंत हा पाचोळा अडतो. क्षितिजापलीकडे भिरकावून देणारं वारं कुणातच संचारू नये. असं झाडांच्या पानांना पळवून नेणं दुःखदायक नाही का? झाडांच्या हृदयात गहिवर दाटून आला की, पुन्हा आभाळ भरून येतं. भरून आलेल्या आभाळाकडे पाहून विचारावं— सखीच्या गाण्यातली कातर तान हवेत विरून जाते, की कुठे तरी आपलं अस्तित्व कायम ठेवते?

सखी, तू गा. तुझ्या गाण्याचे स्वर पावसाच्या पाण्यात विरघळून मातीत मिसळायला जमिनीवर येतील. त्या स्वरांनी काळ्या मातीला येणारा गंध हा स्वरगंध राहील. मातीला कंठ फुटेल. कोकिळेचं गाणं हिरवं होईल. उदास झालेल्या धरणीचं स्पंदन वाढेल. हे नभा, तू दाटून ये... भरव तुझी मैफल... त्या मृद्गंधासोबत स्वरगंधाची. दान घाल तुझ्या थेंबांचं, उन्हानं फाटलेल्या या पृथ्वीच्या पदरात. तुझं दान मिळालं की, तिचा शालू हिरवा होईल— अगदी सखीच्या शालूसारखा. या हृदयाचा पाऊस नाकारलास तरी चालेल; पण हे आभाळा, तू दाटून ये. तिच्या पाऊलनक्षीचा माग काढत ये. तुझ्या सावळ्या संकेताची वाट पाहणाऱ्यांना वाट दे. ये नभा, तू उतरून ये... तुझा सावळा पदर तुझ्यासाठी आसुसलेल्या बालमुठीत दे.

***

कवडसा

२४

जाणिवांचा कवडसा जरी दिसत असला, तरी प्रत्येकाच्याच नेणिवांच्या राज्यात अंधार घर करून असतोच. कारण, सारा अंधार पिताच येत नाही. उजेडाच्या मुक्कामी जायची वाट भरल्या अंधाराच्या एखाद्या कवडशामधूनच जाते. असे असंख्य कवडसे आयुष्यात येतात आणि अशा कवडशांमधून फक्त प्रकाश शोधायचा असतो. कारण, कवडशांतून सूर्य दिसत असला तरी तो गाठता येत नाही. शिवाय जीवनाचा सूर्य म्हटला की, तोही जीवघेणी आगच आहे. जीवनातला सूर्य आणि जीवनातला अंधार यांची जर का तुलना केली, तर जीवनातला अंधार आयुष्यातल्या असंख्य जखमांमुळे खोल होत जातो. मात्र, अंधार सोडून चालणार नसतं. आपल्या वेदनेतून अनेकांना आधार देणारे कवडसे प्रसिद्धीची झगमग व्यक्तिमत्त्वावर न पाडता डोळ्यांसमोरून

निरांजनाची आरती होत जावी, तसे जाताना दिसतात.

लोकसंख्यावाढ ही समस्या आहे. त्यावर कोणीच का विचार करत नाही, असा प्रश्न सगळ्यांच्याच मनात येतो. पण, त्याच्यावर इलाज म्हणजे, आपल्याला अपत्यच होऊ द्यायचं नाही, असा विचार एखाद्या असामान्याच्याच मनात येतो. त्यातही सहचारिणीचं मत घेऊन एखादाच मेजर हेमंत खऱ्या अर्थाने देशाची सेवा करतो. सुलभासारखी अर्धांगिनी मिळाल्यावर ती सेवा सुलभ नाही का होणार? 'दोन घडीचा डाव, याला जीवन ऐसे नाव' देत मेजर हेमंत आणि सुलभानं अख्खं आयुष्यच दान देऊन टाकलं. खरं तर हेमंत म्हटला तर मार्गशीर्ष व पौष या दोन महिन्यांनी मिळून होणारा ऋतू; परंतु मेजर हेमंत हा ऋतुवेगळा माणूस. या ऋतूवेगळ्या माणसाच्या सहवासानं ऋतूंनाही मग दंभ चढतो. हळव्या जीवांच्या कोवळ्या स्वप्नांची काळजी वाहत, फुलांवर सावली धरत, कळ्यांची चिंता करत, जनी जनी आणि वनी वनी प्रकाशणारे विश्वाचे आर्त स्वतःच्या मनात प्रगट करत दानानं भरलेल्या ओंजळी येणाऱ्याच्या पुढ्यात रित्या करतात.

होतं-नव्हतं ते सगळं दान करून टाकलेल्या हेमंतच्या सुलभाला हृदयविकाराचा झटका आला. आकंठ प्रेम देणाऱ्याला झटका तरी कसा महसूस होईल म्हणा? पाठीत कळ आली म्हणून पायी चालत डॉक्टरकडे जाणाऱ्या हेमंत आणि सुलभा या जोडप्याला पुढच्याचीच चिंता. आपल्यानंतर आलेल्या पेशंटला घाई आहे, म्हणून स्वतःच्या तब्येतीची तीव्रता न जाणता त्या पेशंटला डॉक्टरकडे सोडण्यात या जोडप्यानं धन्यता मानली. सुलभाला तपासल्यानंतर डॉक्टरांनाच जास्त काळजी वाटायला लागली. डॉक्टरांनीच हालचाल करून हार्टचं बायपास करण्यास भाग पाडलं. ऑपरेशन यशस्वी झालं. सुलभा घरीदेखील आली. तिच्या तोंडून एकच वाक्य निघालं— "अरे— अरे! एवढा खर्च माझ्यावर झाला? तो सारा पैसा योग्य कामाला दान नसता का करता आला?"

ऊर्जा प्रत्येकाकडे असते. संकटं ऊर्जेवरच्या बंद झडपांना आतून धक्के देतात. तप्त सत्याची प्रखर वाळू दोन्ही मुठींत घट्ट आवळून सूर्याला बजावत म्हटलं की, 'येऊ दे अजून आग, ती पचवून मी जीवनाला सामोरी जाईन,' तेव्हा ती सर्वांत सुंदर दिसते. ते सौंदर्य काळालाही पुसता येत नाही. ते सुलभ सौंदर्य सुलभाच्या कवडशानं इतरांच्या पदरात दान म्हणून उभं राहतं. हेमंत जेव्हा म्हणाले, "सारी संपत्ती ज्यांना ज्यांना दान दिली, त्यांच्यापैकी या प्रसंगाला कुणीच उभं राहिलं नाही. उभे राहिलेत ते मित्र." डोळ्यांतलं एक पाणी श्रद्धेचंही असतं. एखाद्या शोकाकुल घटनेनंतर, शारीरिक वेदनेनंतर येणारे अश्रू आणि

उत्कटतेने, संवेदनेने थरारून भरणारे डोळे, यांतली तफावत सांगणार कशी? दान स्वीकारून स्वत: मोठ्या झालेल्या संस्थेच्या आतल्या वीणेच्या तारा पार गंजून वाजेनाशा झाल्यात की काय? सतत बाह्यात जखडून ठेवणाऱ्या माहितीच्या गाठोड्याने आणि पैसाच पदरी पाडून घेणाऱ्या तंत्रज्ञानाने आयुष्य श्रीमंत करणारे पाणी— काळजातले झरे आटवून टाकेल की काय? वृद्धाश्रमाला स्वत:चे घर दान देऊन टाकणारे हेमंत आणि सुलभासारखे वृद्ध होत चाललेले जोडपे 'याला जीवन ऐसे नाव' म्हणून ओंजळभर निरामय चांदणं घेऊन उभे आहेत. ते म्हणतात, ''आमची ओंजळ अजूनही तरुण आहे. आमच्या ओंजळीतल्या रेषा वाचू नका; माणसं वाचा.'' त्यांच्या ओंजळीच्या गवाक्षातून निघणारा कवडसा प्रेरणेचं दान आणि दानाची प्रेरणा देऊन जातो, हे तेवढंच खरं.

***

घाम

घामाचे सगळे संदर्भ आपल्या कर्माशी बांधलेले असतात. घाम गाळून कर्म भागलं की, भूकही नकोशी होते. कुठल्याही गळणाऱ्या घामाचा असा नकोसा होत जाणारा उत्तरार्ध जीवघेणा असतो. घामाचे असे गळत जाणे म्हणजे 'कष्ट'. अशातही गळणाऱ्या घामाचे टपकत जाणे किंवा अंगठ्याच्या पृष्ठभागाला बहाल होत झटकत, घामाचे मातीत दफन होणे म्हणजे कष्टाची माती होणे का? असे प्रश्न घामाला पडू नयेत. तसे ते पडतही नाहीत. घाम मातीमोल होईल, अशी क्रूर कल्पना कोणी करू नये. घाम मातीमोल होऊ लागला तर...? कष्टाच्या अशा अतिरेकाची तक्रार घमाने कुणाकडे करायची? या तक्रारीचं निवारण कष्ट करणाऱ्यानंच करायचं असतं. मातीचं मोल अन् घामाच्या मोलाचं समीकरण मांडायचं असतं. मातीचं मोल कळलं की, घाम मातीमोल होत नाही. प्रत्येक घामाचा

थेंब हा मातीला बहर देत जातो. लक्ष्मीची बूज ठेवणाऱ्या आयाबाया कष्ट सहसा फुकट जाऊ देत नाहीत. त्या कशात काय पेरून नवतीचं दान पदरात पडून घेतील, हे त्यांच्यातली अन्नपूर्णाच जाणे! मुक्ताबाईनं गोठ्यातून शेणं आणलं. पाण्यानं अर्ध्या भरलेल्या बादलीत ते कालवलं. रोजचा सारवणाचा बोळा घेऊन मायेनं जमीन सारवू लागली. तेवढ्यात उन्हाळ्याच्या सुट्यांमध्ये आजोळी आलेल्या त्रिष्णानं विचारलं, ''आजी, तू रोज ही जमीन का सारवतेस गं?'' आजीनं तेवढ्याच मायेनं म्हटलं, ''बेटा, दिवसभर एवढ्या माणसाईचं, जनावराईचं ओझं पाठीवर घेऊन आपली धरणीमाय लई दमते. तुया निजाच्या वक्ताले तुले थोपटल्यावर बेस लागते का नाई; तसंच या धरणीमायले असं थोपटल्यावर लई बेस लागते. जीव आपल्याले हाय तसा तिले बी हाय.''

''आजी, तू किती घामाघूम झाली आहेस गं?'' एवढं मात्र खरं की, सारवण झाल्यावर घर थंड होतं. थंड होण्याकरता काय मिसळलं असतं सावरण्याच्या बादलीत— ओंजळभर शेण, की आजीचा थेंबभर घाम? जाळणारी गरमी पाणीभरल्या ओंजळी शोधून काढत असली, तरी घाम गाळणाऱ्या हातांची उमेद संपत नाही. मग तो घाम गाळणारा भर उन्हात ओझं वाहून नेणारा रिक्षेवाला असो, स्वतःच्या ओझ्यापेक्षा जास्त ओझं वाहून नेणारा हमाल असो, हातठेल्यावरची भाजी सुकू नये म्हणून सतत ओली ठेवणारा, पण स्वतः घामानं ओला झालेला भाजीवाला असो किंवा प्रत्येक कष्टकरी असो; हे सगळे स्वतःच्या गाभाऱ्यातला ओलावा कायम ठेवतात. सांजवेळी हंबरणाऱ्या गाईच्या हंबरण्यातला ओलावा सुकला असला तरी ती आपल्या पाडसासाठी आटत नाही ना! अगदी तसाच ओलावा हे सारे कायम ठेवतात.

मंदिराच्या गाभाऱ्यात उन्हं शिरत नाही, असं होत नाही. स्वतःला जागवणारी भली मोठी घंटा उष्ण होतेच. फरक एवढाच आहे, देवाला अन् त्या घंटेला घाम फुटत नाही. घाम फुटतो तो कर्म करणाऱ्यालाच. पण घाम फुटलेला माणूस गारवा शोधत मंदिरात विसावतो, हे तेवढंच खरं. घाम गाळणाऱ्याची मंदिरातल्या दगडावरची श्रद्धा अभेद्य असते. कदाचित या श्रद्धेचंच पाणी घामाच्या रूपातून बाहेर पडत असावं.

आजीचं सारवणं सुरू असताना त्रिष्णानं आजीला विचारलं, ''आजी, आपल्या गाईला घाम येत नाही काय गं? ती बिचारी झाडाखाली किंवा गोठ्यातच राहते. तिच्यासाठी तर कूलर पण नाही!''

''अगं त्रिष्णा, निंबाच्या झाडाखालची हवा कूलरपेक्षा काय कमी गार

हाय? झऱ्याचं पाणी आन् स्वप्नभरल्या डोऱ्यातलं पाणी जपून ठिवता आलं, का घामेजल्या जीवाची तहान भागविता येते त्रिष्णे!'' आजीच्या या वाक्यातून तिच्या प्रतिभेचं इंद्रधनू अवचित प्रगटलं. तिला ओलाव्याची आस असली तरी कुठलीही आशा मात्र नव्हती. ''हे पाय त्रिष्णे, घाम साऱ्याईलेच फुटते. एसी का फेसी म्हनते, तिच्यात रायनाऱ्यालेभी घाम फुटते. पोटाच्या कातडी तंबूची शिवन शाबूत ठिवण्यासाठी घाम गाराच लागते. माणसाईच्या जगण्याच्या शैलीवर घाम गारण्याची शैली रायते.''

''आजी नांगराला घाम फुटतो काय गं?''

''त्रिष्णे, नांगर चालवणाऱ्या धन्याच्या घामाचा थेंब नांगराच्या फारीवर पडला की, त्या नांगरालेभी घाम फुटतेच आन् म्हणूनच त्या मातीच्या ढेकलाईतून घामाचे मोती बाहेर निघतेत.'' दृष्टिकोनात जिव्हाळा प्रगटला की, कष्टाचे संदर्भ ओलसर होतात. ते संदर्भ घामाचेच असावेत. आजीला बोलतं करण्याची त्रिष्णाची तहान संपतच नव्हती. त्रिष्णा पुन्हा म्हणाली, ''आजी, आई म्हणते की घामानं कमवलेलंच खावं; म्हणजे काय गं?''

''हे पाय त्रिष्णे, घामाची चव खारट असली तरीबी घाम गाळून कमवलेलं गोडच रायते. समदे लोक सावलीत गारवा शोधतेत, गर्मीत तहान शोधतेत; तसाच कष्टात घाम शोधला का सुख भेटतेच.''

***

नापासांची फौज तयार करणार काय?

२६

निर्मितीच्या क्षणांशी बांधील असलेल्या प्रत्येक परीक्षेची उरभेट घेणं गरजेचं असतं. नवनिर्मितीचा अंकुर कुठेही असू शकतो. प्रत्येक बीजाला अंकुरण्याकरता परीक्षेत उतरावंच लागतं ना; खडबडीत मातीतून बाहेर येण्याकरिता परिस्थितीला तोंड द्यावंच लागतं ना! कुठलीही लिपी वाचण्याची कला जन्मजात अवगत नसतेच. परीक्षांच्या अस्तित्वाशीच अंकुरण्याचं बीज सलगी करून असतं. सहनशक्तीची परीक्षा घेऊन आलेलं शाळेतलं प्रत्येक पाऊल मनात कविता जागवितं. शाळेत अभ्यासलेल्या तासांमधून ज्ञानानं पळत सुटावं का, की त्या ज्ञानाची परीक्षाही व्हावी? जीवनात अनेक परीक्षा देणाऱ्या जख्ख जीवांनादेखील परीक्षावंत होताच येते, असे नाही. अवघी पुस्तकं डोक्यावर घेऊन मोकळ्या आकाशाखाली फिरत राहिलं, तरी ज्ञान मिळत नाही; ज्ञान संपादन करण्यासाठी

परीक्षेत तर उतरावं लागेलच. ज्ञानाचे थेंब ओंजळीत धरून त्याचे मोती करता आले तरच यश मिळालं, असं म्हणता येईल. परीक्षा न घेता यश देऊन टाकलं, तर नापासांची फौज नाही का तयार होणार? बंदुका हाती देऊन टाकायच्या, पण गोळी कशी चालवायची याची परीक्षाच घ्यायची नाही; तर मग ती चालवलेली गोळी एखाद्याच्या कानशिलात नाही का घुसणार? किंवा परीक्षा घेतलीही; परंतु नापास करू नका या धोरणाखाली एखाद्याला पास केले, तर पुढच्याच्या जीवाचे काय? ज्ञानसंपदेची नाळ परीक्षांमध्ये गाडली आहे, असे माहिती असतानादेखील नापास झालेल्या जीवांना पुढे ढकलल्यामुळे ते स्वत:चे अस्तित्व नाही का नांगरून बसणार?

परीक्षेच्या भीतीमुळे डोळ्यांमध्ये ग्रीष्म दाटून यायचा. निकालांच्या आठवणींचे तप्त कढ पापण्यांच्या कनातीतून बाहेर पडायचे; परंतु आता नापास होणारच नाही, अशी मानसिकता असल्यामुळे अनवाणी पायांनी शाळेत जाणारा विद्यार्थी असो किंवा चारचाकी वाहनात बसून येणारा विद्यार्थी असो; त्याला ते कढ सोसण्याची गरजच भासणार नाही. कसलं हे शैक्षणिक धोरण? परीक्षांशी नातं असणाऱ्यांची धावपळच जर बंद झाली, तर विद्यार्थ्यांच्या पावलांनी शाळेचं अंगण तरी लेकुरवाळं राहील का? शाळेच्या चंद्रमौळी छताचं गोवर्धन होण्याकरता परीक्षेच्या आधाराची करंगळी नको का? नुसताच काठ्यांचा आधार चालणार नसतो, एखाद्या सक्षम करंगळीची गरज असते. ती असते परीक्षा. नापास न होणाऱ्यांना व्यथा तरी कशा कळणार? निसर्गानंसुद्धा परीक्षा घेणं सोडलं नाही किंवा निसर्गानं सगळ्यांनाच पास केलं, असं होत नाही; अन्यथा कारल्याचा वेल काट्याशी बोलू लागला नसता. सत्त्वपरीक्षेशिवाय ज्ञानेश्वरानं ज्ञानेश्वरी रचली नसती. कठोर परीक्षेशिवाय शिवरायांचं शिवराज्य स्थापन झालं नसतं. तुकोबाच्या गाथा तरल्या नसत्या, जनाबाईचं जातं फिरलं नसतं.

परीक्षेचं मोल न जाणता पास होणाऱ्यांना साधना काय कळणार? परीक्षेचं अप्रूप वाटेनासं झालं अन् अभ्यासाची मनात खंतच उरली नाही, तर मग काय समजावं? आम्ही तर पासच होणार, आमचं कुणीही काही वाईट करू शकत नाही— अशी मनोवृत्ती निर्माण झाली, तर डोळ्यांमध्ये कोवळे अंकुर फुटणार नाहीत. अभ्यास जर अनुभवायचा असेल, तर जिवंत माणसांनी जातिवंत डोळे परीक्षांसाठीच दिपवून ठेवावेत. नाही तर ज्ञानाचं परीक्षण जाणिवेच्या पातळीवर करताच येणार नाही. विद्यार्थ्यांना स्पर्धेची धुंदीच चढली नाही, तर स्पर्धा कशी कळणार? सगळेच पास होणार म्हटल्यावर निकालाची व्याख्या तरी कळेल का? जाणिवा जिवंत ठेवल्या की, यश पहिलं होऊन भेटतं. परीक्षेच्या आधी

विद्यार्थ्यांनी केलेला अभ्यास, मनन, चिंतन, लेखन, पाठांतर हे सगळं म्हणजे परीक्षेच्या अशा नेणिवेच्या पातळीवरचं असायचं; परंतु आता काहीही केलं किंवा नाही केलं तरी पास होणारच, मग या सर्व पातळ्यांचं गांभीर्य संपुष्टात नाही का येणार? आम्ही तर पास होणारच, अशी मनोवृत्ती तयार करून भिरभिरणाऱ्या मुलांना परीक्षा म्हणजे शाप की वरदान, हे कधी कळणारच नाही. चौदा वर्षांपर्यंतच्या विद्यार्थ्यांना नापास करायचंच नाही, हे शासनाचं धोरण एखाद वेळेस योग्य असेलही; परंतु नापास होणारच नाही, मग परीक्षा तरी कशाला द्यायची, हा प्रश्न विद्यार्थ्यांच्या मनात कायम राहील. त्याचं उत्तर कुणाचकडे राहणार नाही. शापित गंधर्वानं आपल्या सखीसाठी मेघांना दिलेला निरोपही इतका आर्त नसावा. परीक्षेविना पालकांना प्रगती कळणार नाही. अखेर त्यांच्या डोळ्यांच्या कडांवर हा प्रश्न सुकून जाईल.

***

शेताला सौभाग्याचं दान

२७

पाऊस पडल्यावर गावकी कामाला लागली की, पाण्याचा रंग नेमका कोणता, हा प्रश्नच पडतो. नांगरलेल्या काळ्याभोर शेतातील भिजलेली माती वेगळ्याच रंगानं गर्भ धरू लागते. शेत पिकलं पाहिजे, ही ढगांची चिंता असली तरी वाऱ्याला त्याचं घेणं-देणं नसतं. शेताला राबत्यांचा सहवास हवाहवासा वाटत असतो अन् पाखरांना पेरणीदारांचा सहवास हवाहवासा असतो. गुडघाभर चिखलात राबणारे हात शेताची गरज असतात. ऐन पेरणीला बैलं नसणाऱ्या शेतकऱ्याची व्यथा पाऊस जाणत नाही. तो स्वत:च्या नजरेतून दिसणारं कोरभर आभाळ कवेत घेण्याचा केविलवाणा प्रयत्न करतो.

कधी काळी त्याच्या शेतात उमटलेले त्याच्या स्वत:च्या बैलांच्या खुरांचे ठसे त्याच्या नजरेतून मनात सतत झिरपत असतात. पावलांना वाटा अन् जनावरांना माणसं लवकर

सवयीची होतात, असं म्हणतात. बैलांना त्याची सवय झाली होती, हे त्याला ठाऊक होतं. दर वर्षी येणाऱ्या पावसाच्या पाण्यानं त्याच्या बैलांच्या खुरांचे दिसणारे मनातले ठसे विरघळून जायचे. बैलखुरांच्या अशा व्यथा मातीभरल्या पाण्यात तरून जायच्या आधी बरंच काही घडलं होतं. मातीचे पाय शेतात खुपसून मृगाची वाट पाहायची नसते, हे सगळ्यांना माहीत असतं; पण कळत नाही. बैल विकल्यापासून मातीत पाय गाडण्याशिवाय त्याच्याजवळ पर्याय नव्हता. प्राणपणानं पावलं जपण्याचं कसब मात्र मातीनं कमावलेलं आहे.

असाच एकदा मातीत पाय बुडवून बसलेल्या धन्याजवळ शेवंता आली अन् म्हणाली, "धनी, काय इचार करता?"

"काही नाही गं शेवंते, जमीन दाने मागू लागली हाय. तिचं मागनं भरभरून देण्यासाठीच रायते; पन आदी तिची कूस नांगराच्या परीनं उजवा नाही का लागंन? बैलं इकल्यापासून हाच सवाल माह्या मनाले खाते. कसी उजवीन या काळ्या मायची कूस? लेकीच्या लग्नाले एक बैल इकला आन् कर्ज फेडाले दुसरा इकला. त्या लेकीची कूस फयाले आली; पन या मायचं काय? शेत उगवलं, तरंच घर फयन्याले अर्थ रायते. शेतात झुलं झुललं नाही तं घरातल्या पाळण्याले अर्थ राहील का?"

"आवं धनी, कायले इतला इचार करता? पाऊस गावात येन्याआधी सुकी लाकडं जमवली हाय म्या."

"कायले वं शेवंते, ऐन पावसायात मी मेलो तं अडचन नको, म्हणून काय वं?"

"हे पाय धनी, काहीमाही बोलू नगा. आपली चूल पेटती राहावी म्हणून म्या लाकडं जमवून ठिवले."

मरणाचे स्मरण असे नेणिवेच्या पातळीवर होऊ नये. मरणाशी नजरभेट झाली की, डोळ्यांना कोवळे अंकुर फुटत नाहीत. बिनाबैलांनी शेत नांगरायचे असेल, तर जिवंत शेतकऱ्यानं जातिवंत डोळे हिरव्या पानांआड दडवून ठेवावेत. श्रद्धेच्या मुळाशी व्याकुळता असते. जगण्याच्या समस्येतून आलेली व्याकुळता. जमिनीकडे काही मागण्याची कुवत संपली की, येणाऱ्या निराशेतून आभाळाकडे हात पसरले जातात.

शेवंतानं आपले दोन्ही हात आपल्या धन्याच्या दोन्ही खांद्यांवर ठेवले अन् म्हणाली, "धनी, कायजी करू नगा. तुमच्या खांद्यावर नांगर पेलवा; तुमचे खांदे म्या शेकून देईन. म्या कासरे धरते आन् वखरबी दाबते." धन्याच्या

डोळ्यांत अश्रू दाटून आले अन् आभाळात ढग दाटून आले. असं दाटून येणं म्हणजे हिरवाईवर सावळ्याची लव चढून येणं.

शेवंताच्या थरथरत्या हातांची मायेची ऊब धन्याच्या खांद्याला मिळाली अन् धन्याचे खांदे बैलाचे झाले. धन्याचा पाझरणारा घामगंध भावगंध झाला. शेतातला मोर नाचता ठेवण्याचा ठेका नांगर धरू लागला. शेवंतानं लुगड्याचा शेव कसला. एका हाती दाण्याची पिशवी अन् एका हाती कासरं धरून वखर दाबला. धन्याची धपापत्या उराची रेखीव उभारी पाहून तिला वाईट वाटलं. तिला तिच्या धन्याचा बैल करायचा नव्हता. मनावर दगड ठेवून तिचे जाणते हात एक-एक दाणा पेरू लागले. तिचं दुःख पाहून आभाळालाही गहिवर आला. पावसाच्या थेंबांनी तिच्या अश्रूंच्या थेंबांना विरघळवून टाकलं होतं. तेवढ्यात शेवंता जोरात ओरडली, "धनीऽऽ पाऊस आला. आपलं पीकबी या दान्याईतून स्वयंभू वर येईल बघा!"

शेवंताचा कुंकूभरल्या भांगाचा चेहरा ओघळला, तो पावसाच्या पाण्यासोबत शेतात मिसळला— शेताला सौभाग्याचं दान देण्याकरताच. हा पावसाचा रंग असावा. जीवनाचं असंच असतं. काळजीवाहू हातांनी बैलाची भूमिका बजावली की, प्रत्येकाच्या पोटाची खळगी भरते. असे हात प्रत्येक सौभाग्याला मिळाले, तर खुडक्या खोडांनाही पालवी फुटते.

***

वैष्णवांच्या संसाराचे तीर्थ

२८

आषाढातले ढग सांगावा आणतात. विठूच्या वारीचा आषाढमौन तोडतो, तेव्हा चंद्रभागेचा बांध ढळतो. मग आषाढाच्या मौनाचे अभंग होतात. प्रत्येक वारकरी म्हणू लागतो, "अरे विठ्ठला, बायबापा, तू युगानुयुगे कमरेवर हात ठेवून उभा आहेस. तुझ्या पायाखालची वीट कधी विटली नाही की, तुझ्या गाभाऱ्यातल्या दिव्याची ज्योत कधी विझली नाही. त्या दिव्याखालच्या काजळीनं कधी कटकट केली नाही, की नामदेवाच्या पायरीनं वटवट केली नाही. तुझ्यापासून रुक्मिणी दूर असली, तरी ती फुगून बसली नाही. तुम्हा दोघांच्या संसाराला लागणारं चंद्रभागेचं पाणी साऱ्या वैष्णवांच्या संसाराचं तीर्थ होऊन जातं. चंद्रभागेचं वाळवंट गोदेत उतरून गोदाकाठचा पिंपळदेखील तुझ्या लावण्याचा हेवा करतो. वर ढगात जनाबाई जात्यावर ओव्या दळते आणि अबीरदाटी झालेले शब्द आम्हा

भक्तांच्या मदतीला आभाळातून टपाटपा धावून येतात.''

आयुष्यात एकदा केली जाते, ती यात्रा; आयुष्यभर दर वर्षी न चुकता केली जाते, ती वारी. देव भेटण्याकरता वारी नाही, तर संतांच्या संगतीत देव कळण्याकरता वारी असते. एखाद वेळेस चंद्रभागा आटू शकेल; परंतु वारकऱ्यांच्या डोळ्यांतली चंद्रभागा कधीच आटत नाही. कोणताही सांगावा न पाठवता केवळ भक्तिपोटी जगभरातील लाखो वैष्णवांचा मेळा पारमार्थिक सुखाचा आनंद घेण्याकरिता पंढरीत जमतो. परंपरागत मानकरी, फडकरी, दिंडीकरी स्वच्छता, सुंदरता या साऱ्याच बाबींना फाटा देत विठूच्या हरिनामाची पताका, ज्ञानाच्या झेंड्या, माऊलीची पालखी खांद्यावर घेऊन प्रेमाचे बत्तासे देत पंढरीत जमतात. मग राऊळाच्या वाटेवर टाळ-मृदंगांची दाटी होते.

ज्याला शारीरिक व्याधीने ग्रासले असेल, जो या खेपेस पंढरीला जाऊ शकत नसेल; तो आपला बुक्का दुसऱ्या वारकऱ्याला देतो आणि सांगतो, ''हा एवढा निरोप माझ्या विठ्ठलाला सांगा.'' मग काय, त्याच्या मनातली दिंडी पाऊले हळूहळू चला म्हणत त्याच्या घरीच साकारतात. त्याचं घर पंढरपूर होते. त्याचा स्वत:चा सोनपिंपळ होतो. त्याच्या घरचं पाणी चंद्रभागा होते. अंगणातली तुळस कंठी येते. 'या विठूचा गजर हरिनामाचा झेंडा रोवला' म्हणत तो आपल्या कर्माचा झेंडा रोवतो. दिवसातल्या कामांची सुरेल लय त्याला सापडते. त्याच्या जगण्याला बळ येतं. प्रत्येक कष्टात पांडुरंग दडलेला असतो, हे त्याला कळून चुकलेलं असतं. मग कष्टानं मिळवलेल्या भाकरीचा नैवेद्य होतो. त्याच्या संसाराचं वृंदावन होतं. हे संसाराचं वृंदावन डोक्यावर घेऊन सारा प्रपंच विठ्ठलाच्या पायी वाहण्याची क्षमता त्याच्यात निर्माण होते. मग तो आपसुकच म्हणू लागतो, ''अवघाची संसार सुखाचा करीन, आनंदे भरीन तिन्ही लोक.''

तिकडे चंद्रभागेच्या काठावर मृदंगाच्या तालावर नाचत, डोलत जेव्हा दिंडी दाखल होते; तेव्हा विठ्ठलनामाचा पदर अख्ख्या वारकऱ्यांना कवेत घेतो. मग ओढ लागते दर्शनाची. दिवस-दिवस बाऱ्यांमध्ये उभे राहून पावले हळुवार पुढे सरकतात. एक क्षण असा येतो की, पंढरीरायाचं दर्शन होतं. एक दीर्घ उसासा आपसुकच बाहेर येतो. ''देवा, सार्थकी झालं रे जीवन!'', असं म्हणत विठ्ठल डोळ्यांत साठवला जातो.

या वेळेस मात्र पावसाची समाधी लागलेली असते. तुळशीनं बाळसं धरावं म्हणून पाऊस सावता माळी होतो. काळ्या मातीचा विठू होण्याआधी प्रत्येक जीव गोरा कुंभार होऊन चिखल तुडवत जातो. विठ्ठलाच्या अपरंपार

तेजोरूपाने आणि लावण्याने मन वेधलं जातं. अगणित रत्नांचा प्रकाश झळकावा, तसं जीवन क्षणभर का होईना, चैतन्यमय होऊन जातं. शब्देविण संवाद त्याच्यासोबत सुरू होतो. भावभक्तीच्या आरत्या थेंब-थेंब टपटपून जातात. त्याच्या पाया पडावयास जावे, तर पावलेच, दिसत नाहीत. संभ्रमित होऊन इकडे-तिकडे पाहावे, तर तोच तो दिसतो. त्याची पावले दिसत नसली, तरी त्याच्या पावलांना केलेला स्पर्श म्हणजे परीसस्पर्श होऊन जातो. आपल्या आयुष्याचं सोनं होतं. माऊलीच्या पायांवर विसावलेल्या चिपळ्या आपल्या हाताला मंजीऱ्यांचं दान देतात आणि म्हणतात...

"चिपळ्यांच्या तालावर
आळवला सूर,
पंढरीच्या वाटेवर दिसे
भक्तांचा तो पूर,
विठ्ठला, तुझ्या
दर्शनाची लागलेसी आस,
थांबव तुझ्या नामस्मरणे
या जीवनाचा श्वास.''

***

आबा म्हणतात म्हणून...

२१

तारुण्यात ज्ञानदृष्टी देणारं केलेलं चिंतन अन् नव्यानं उमलणाऱ्या प्रौढपणात जीवनाकडे साक्षेपानं पाहणारं प्रगल्भपण अनुभवता आलं की, प्रत्येक येणारा बहर सेलिब्रेट करता येतो. शिवाय बालपणातली निघून गेलेली संध्याछाया अपूर्वाईची केशरछटा घेऊन परत येते. आजकाल फारच कमी घरांमध्ये आजोबा-आजी दिसतात. नातवंडांसोबत पत्त्यांचा बंगला रचणारे आजोबा अन् पत्त्यांचा बंगला वारंवार पडतो म्हणून उरलेल्या दातांसोबत खुदखुदणारी आजी... जपमाळेतील माळ तुटून विखुरलेल्या मण्यांप्रमाणे कुठे विखरून गेले, ते कळतच नाही.

आबांच्या गाडीचा आवाज दुरून ऐकल्याबरोबर घरातल्या प्रत्येकाची उडालेली धांदल आता संपली. धांदल म्हणजे काय, तर पसारा करून पडलेली पुस्तकं कपाटात कोंबणं,

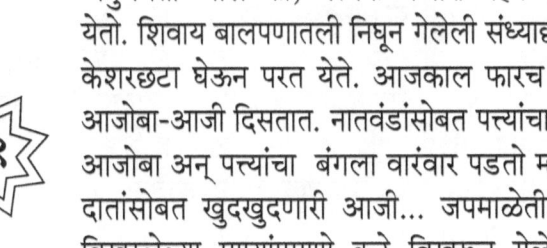

बाहेर पडलेल्या कपड्यांचे बोळे दाराआड लपवणं, इतस्तत: पडलेल्या चपला स्टॅण्डवर लावणं, खोटं का असेना पण अभ्यासाचं सोंग घेऊन बसणं! आबांचं पहिलं पाऊल घरात पडायच्या आत घर शिस्तीत लागायचं. घरातल्या व्यक्तींनाच नव्हे, तर वस्तूंनाही त्यांची वर्दी मिळायची. मनात खूप आदर असला, तरीही त्यांच्याबद्दल एक सुप्त भीती मात्र कायम असायची. आबांची शिस्तच असायची तशी तगडी, कडक; एकदम मिलिटरी शासन.

"अहो पण बाबा, आबांनी केलं म्हणून तुम्ही आमच्यावर तसं कडक शासन करणार आहात का?" सुनीलनं बाबांना चट्कन विचारलं. "हे बघा बाबा, लहानपणी मी तुमच्या धाकात होतो. कमी मार्क पडले म्हणून प्रगतिपुस्तक लपवलं. तुम्ही रागवाल म्हणून आईच्या पाठीशी दडायचो. तुमचा डोळा चुकवून बरंच काही करायचो. पण, आता मात्र मी मोठा झालोय. आता मला कळतंय— पत्त्यांचा बंगला कधी उभारलाच जाऊ शकत नाही ते. तुमचे बाबा तुमचे हेडमास्तर असतील, कदाचित कडक शिस्तीचे जेलरसुद्धा. बाबा, तुम्ही नेहमीच सांगता की, तुमचे बाबा, म्हणजे आमचे आजोबा कडक शिस्तीचे भोक्ते होते. ते नेहमी म्हणायचे, 'माझ्या संसारात माझं मत नाही, माझा निर्णय असतो;' म्हणजे ते त्यांचे निर्णय तुमच्यावर लादत असतील. बाबा, आज निर्णय लादण्याचा काळ बदलला आहे. आज आम्हाला निर्णय घेता येतो. खरं सांगा बाबा, त्यांच्या या अतिशिस्तप्रियतेमुळे तुम्हाला त्यांच्या खूप-खूप जवळ जाता आलं का? ते बसलेले असताना तुम्ही उभे राहणार? अरे, बाबांच्या पोटावरून हात फिरवताना कशी मजा येते! तुम्ही कधी फिरवलात तुमच्या बाबांच्या पोटावरून हात? एखाद्या हळव्या क्षणी तुमच्या बाबांच्या कुशीत शिरून मनसोक्त रडलात का कधी? नाही ना? कारण, त्या अश्रूंनादेखील धाक वाटत असावा तुमच्या बाबांचा. कडकपणाच्या आवरणाखाली भावनेचं झुळझुळणारं पाणीसुद्धा आटून जात असावं. बाबा, कठोर दृष्टिकोनातून जिव्हाळा प्रगटत नाही आणि हाच जिव्हाळा जरा मृदू असला की नात्याचे संदर्भ ओलसर होतात. अडचणींच्या वाटाही साध्या-सोप्या होतात."

"सुनील, तू फार बोलू लागला आहेस."

"बाबा, मी हे सगळं तुमच्याकडूनच शिकलो. तुमच्या अन् आईच्या संवादातून. तुम्ही आईला समजवायचे— अगं, म्हातारपण हे एक प्रकारचं बालपणच असतं. पहिलं बालपण हे वयाच्या निरागसतेचं आणि दुसरं आयुष्यातील सुख-दु:ख, सत्य जाणल्याने आलेल्या परिपक्वतेचं! दुसऱ्या बालपणी म्हणजे

म्हातारपणी प्रत्येक क्षण खळखळणाऱ्या पाण्यासारखा ऐकू येतो. आयुष्याचा ताळेबंद समोर असतो. काही नवं मिळालं, हा आनंद आणि काही निसटून गेलं, ही खंत. अगं, माझ्या बाबांच्या जीवनाची वही संकोच वाटावा अशा हिशेबाची कधी झाली नाही. आणायचं काय गं बाबांना आपल्याकडे कायमच राहायला? तेव्हा आई काहीच बोलली नव्हती. सांगा बाबा, हे असं का व्हावं? अजूनही त्यांची कडक करडी नजर घरावर नको म्हणून, की हिटलरशाही सुरू होऊन जाईल म्हणून? बाबा, तुमच्या बाबांमध्ये आणि माझ्या बाबांमध्ये सारखाच बाप आहे. डोक्यावर उन्हं झेलत सावली देणारा, आमच्या यशासोबत हसणारा अन् अपयश पचवताना आतून रडणारा, पोरांनी घरटं सोडलं तरी घरट्याची काडी धरून ठेवणारा, घर नीट चालण्यासाठी स्वत: बाहेर फिरणारा, आईच्या पदराचा आधार होणारा! बाबा, हा तुमच्यातला बाप मलासुद्धा जपून ठेवायचा आहे; कारण तो जीवनातल्या श्रमल्या क्षणांना कृतार्थपणे मला सप्रेम देणार आहे. बाबा, आईचं ऐकू नका, घेऊन या आबांना घरी. त्यांच्या येण्यानं जपमाळेतले मणीदेखील नामस्मरणाची सतार गुंजत ठेवतील.''

***

कर्तव्याची चिरफाड

३०

जडलेले अनुबंध जपण्याची श्रीमंती आली की, निर्जीवालाही जीव लावणारी आपली संवेदना आपल्याला 'माणूसपणा'कडे घेऊन जाते. परंतु माणसामधून अधिक सुकोमल माणूसपण फुलवणारी संस्काराची शिदोरी बांधून दिली जात नाही, की उघडलीच जात नाही— हे कळतच नाही.

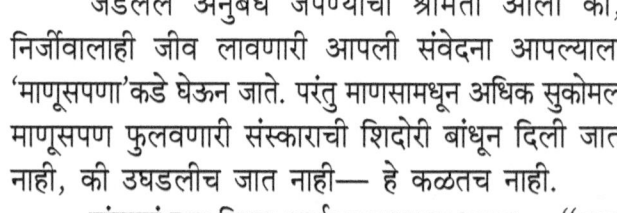

शंतनूनं एक दिवस आईजवळच हट्ट धरला— "मला गाडी घेऊन दे. माझ्या कॉलेजमध्ये माझे मित्र गाडीनेच येतात. मला गाडी घ्यायला पाहिजे म्हणजे पाहिजे."

"हे बघ शंतनू, आधी तू फर्स्ट क्लास मिळवून दाखव; मग मी तुला गाडी घेऊन देईन. आता सध्या माझ्याजवळ पैसे नाहीत. तुझ्या ॲडमिशनला पैसे लागलेत. वह्या-पुस्तकांनाही पैसे लागलेत."

"अगं आई, लागलेत म्हणजे काय, हे तर तुमचं

कर्तव्यच होतं.''

''अच्छा, म्हणजे आता तू आमचं कर्तव्यसुद्धा सांगायला लागलास काय रे शंतनू? आम्ही आमचे काय कर्तव्य पार पाडतो, हे तुला काय कळणार?''

''घेणं-देणं नाही. तुम्ही मला जन्माला घातलंत ना, तेव्हाच काय कर्तव्य करायचे, ते ठरवायला हवं होतं.''

''शंतनू, तू जास्तच बोलतो आहेस; तोंड फोडीन पुन्हा असं काही बोललास तर! आम्हाला कर्तव्य सांगतोयस काय?'' असं म्हणून आई शांत बसून गेली. कारण, शंतनूचा हट्ट हा नेहमीचाच होता. शंतनूला घराबाहेर हाकलून त्याचं कर्तव्य काय, हे समजावण्याचं धाडस तिच्यामध्ये नव्हतं.

माणसांनी स्पर्धा करावी; पण निरोगी स्पर्धा करावी, हे आजकालच्या पिढीला कळतच नाही. दुसऱ्याचं पाहून मलाही तसंच हवं, ही काही स्पर्धा नव्हे. याहीपेक्षा अधिक कर्तव्य दाखवेन, ही जिद्द त्या स्पर्धेत असावी, हे या मुलांना कधी कळेल? मित्रापेक्षा मोठी गाडी घ्यायची म्हणून मित्राची गाडी न्याहाळत राहायची, तेव्हा ती स्पर्धा उरत नाही. अशा वेळेस न्यूनगंडातून निर्माण झालेली विकृती सुरू होते. प्रत्येक कर्तृत्वाला असूयेच्या अनेक रंगाबेरंगांशी मुकाबला करावा लागतो, हे या नुकतेच मिसरूड फुटणाऱ्या मुलांना काय कळणार? नियतीनं केलेल्या आघातांना नियतीच बळ देऊन सावरते; पण या मानवी विकृतीतून झालेल्या आघातांचं काय करायचं? जीवन केवळ दिवस-महिन्यांनी पूर्ण होत नाही, त्यात ओतावी लागते कर्तव्याची समर्पण भावना आणि जोडीला मेहनतीवरची श्रद्धासुद्धा असावी लागते. लेकांना शॉर्टकटनं यश पाहिजे. यांना कधी कळणार— शॉर्टकटनं आलेलं यश हे एखाद्या अल्पजीवी उल्केसारखं असतं. कोसळताना चमकतं; पण स्थित राहत नाही. आम्हाला कर्तव्य शिकवायला निघाले!

शंतनू वाद घालून निघून गेला; आई मात्र खिन्न होऊन बसली होती. लहानपणी पदराआड दडणारा शंतनू तारुण्याच्या वेशीवर जाताच कर्तव्य शिकवू लागला, याचं तिला वाईट वाटलं. अपेक्षापूर्ती अन् अपेक्षाभंग याच्या पूर्वतयारीचा रियाज आता बोलू लागेल की काय? शंतनू आता मोठा झाला. आता कुठे आयुष्य बोलू लागेल, खुणावू लागेल, असं वाटत असतानाच तो जर कर्तव्याची भाषा बोलू लागला, तर कसं होईल? घडायला आयुष्य लागतं तर बिघडायला एक क्षणही पुरेसा असतो. पुस्तकातलं जग अन् जगाचं पुस्तक यातला फरक त्याला समजावावाच लागेल. याचा बाप मेल्यानंतर मला काय काय कर्तव्यं

करावी लागलीत, याची कल्पना याला नाही. घर फक्त पैसे देणाऱ्या कर्त्या पुरुषांचं नसतं, त्यामागे असते त्याची पै-पै सांभाळून हाडाची काडं करणारी बायको. त्यांच्या घरट्यात चिमणी पाखरं आली की, त्यांच्या पंखांत बळ येईपर्यंत खरं तर त्याचं कर्तव्य असतं. नंतर स्वत:चं आकाश शोधण्याचं सर्जनशील स्वातंत्र्य चिमण्या पाखरांनी आत्मसात करायचं असतं. शंतनूचा हट्ट पुरवण्याची कुवत आईमध्ये नव्हती, असं नाही; पण आज जर हा हट्ट पुरवला, तर त्याला जबाबदारी कशी कळेल, त्याचं कर्तव्य त्याला कसं कळेल, असं गृहीत धरून ती शंतनूला रोज कर्तव्याची आठवण करून देत गेली.

"आई, जेवायला वाढ."

"अरे, तू भाजी आणली नाहीस. तुला भाजी आणायला सांगितली होती. तुझं कर्तव्य तू विसरलास. मी स्वयंपाकच केला नाही."

"आई, कॉलेजमध्ये फाईन भरायचा आहे."

त्यावर आईचं उत्तर— "ते तुझं कर्तव्य आहे, तो फाईन तू भरायचास. मजजवळ पैसे नाहीत." अशा अनेक उदाहरणांतून आईनं शंतनूचं कर्तव्य काय, हे सांगायचं आणि त्याला खजील करून टाकायचं, हे ठरवलं. तिच्यातली पाणीदार आई आता जागृत झाली. जगण्याचा कोर्स चार भिंतीच्या आत करता येत नाही; त्यासाठी प्रत्यक्ष जगण्यातच स्वत:ला झोकून द्यावं लागतं, हेच खरं. न सुटणारी गणितं 'हाताची घडी, तोंडावर बोट' करून सुटत नसतात; त्यासाठी कर्तव्याची चिरफाड करावीच लागते.

***

क्रांतिदिनाला वंदे मातरम्

३१

क्रांतिदिनाला क्रांतिकारकांच्या आठवणींना उजाळा द्यावा, यासाठी एखादा कार्यक्रम घ्यावा, यासंबंधी प्राध्यापकांच्या कक्षेत चर्चा रंगली. एक प्राध्यापक म्हणाले, "आमचं स्वातंत्र्यसमर कलंकित झालं आहे. निव्वळ सत्तालोभापायी, भिक्षेच्या रूपात खंडित भारताच्या रूपात आपण हे स्वातंत्र्य उपभोगत आहोत." त्यावर दुसरे प्राध्यापक म्हणाले, "जाऊ द्या हो, भारत अखंड व्हावा ही जरी भारतप्रेमी देशभक्त हिंदूंची अतितीव्र इच्छा असली, तरी हिंदुत्वद्वेषी भारतीयांची इच्छा आहे काय?" तर तिसरे प्राध्यापक म्हणाले, "काही नाही; आपल्या भारतीयांची बेकी पाहून निरनिराळे पक्ष-संघटना देशघातकी सिद्धांत मांडतात. आपापसातला संघर्ष आठवतात. कसलं स्वातंत्र्य उपभोगतोय आपण?"

चौथे महाशय म्हणाले, "जननी जन्मभूमी ही प्रेरणा

स्वहृदयी सतत बाळगणारे भारतीय आत्मे, योद्धे, देशभक्त, देशप्रेमी, क्रांतिकारक हे सगळे स्वर्गातच भारतमातेचा जयजयकार करीत असतील आणि मोठ्याने विचार असतील, बा भारता!! तू कोणत्या स्वातंत्र्यदिनी अखंड होशील? ते पुन्हा हेदेखील म्हणतील, हे मातृभूमी! तुझ्या उदरात वास्तव्य करणाऱ्या सर्वांनाच अशी प्रेरणा का देत नाहीस, की ते तुला खऱ्या अर्थाने स्वतंत्र करून सोडतीलच. स्वातंत्र्यासाठी तळहातावर शिर घेऊन लढलेत; लढता-लढता धारातीर्थ पडलेत; आता त्यांची मनीषा पूर्ण कोण करणार? म्हणे, क्रांतिदिन साजरा करा. ती 'क्रांती' पांघरूण घेऊन पसरून आहे. कुणाविरुद्ध करायची क्रांती? स्वत:च्या मायबापांविरुद्ध, की देशातल्या आपल्याच लोकांविरुद्ध? कशाला करता पुण्यस्मरण त्या स्वातंत्र्यासाठी लढून शहीद झालेल्यांचं? कशाला त्या महापुरुषांची आठवण करता? आज ते जर असते तर, स्वतंत्र असून स्वतंत्र नसलेल्या देशाला पाहून त्यांना दाटून आलेला गहिवर कुठे सामावला असता? भ्रष्टाचाराने बरबटलेले हात, सत्ता टिकविण्यासाठी दुश्मनासोबत मिळवलेले हात, नीतिमूल्यांचा गळा घोटणारे हात... त्या पवित्र तिरंग्याची दोरी ओढत असतील, तर कशाला जायचं त्या झेंडावंदनाला? स्वातंत्र्यापूर्वी तरी रस्त्यारस्त्यांवरून राष्ट्राभिमानानं ऊर दाटून यायचा. आता जातीयवादाचा, धर्मांधतेचा करपलेला धूर दाटून येतो. स्वतंत्र आहे म्हणवणारे स्वैरतंत्र वापरतात, म्हणून मग स्वैराचार माजलेला दिसतो. गुदमरतो जीव या स्वातंत्र्यात. क्रांती आता झोपल्याचं सोंग घेत आहे. झोपलेल्याला जागं करता येतं; परंतु झोपण्याचं सोंग घेणाऱ्याला कसं जागं करायचं?''

तेवढ्यात एक प्राध्यापक म्हणाले, ''सर, आता मी बोलू का? या निजलेल्या क्रांतीला जागं करण्यासाठीच आपल्याला कार्यक्रम घ्यायचा आहे. स्वातंत्र्यासाठी बलिदान देणाऱ्या थोर क्रांतिकारकांच्या जीवनाचा परिचय विद्यार्थ्यांना व्हावा, विद्यार्थ्यांच्या आयुष्यात स्वातंत्र्यलढ्याचा इतिहास प्रेरणादायक ठरावा, यासाठी एखादा कार्यक्रम घ्यायला हवा; असं तुम्हाला वाटत असेल, तर बोलवा प्रा. वसंत गिरींना. ते १८५७ ते १९४७ या नव्वद वर्षांच्या कालावधीत ब्रिटिशांच्या विरोधात क्रांतिकारकांनी स्वातंत्र्यप्राप्तीसाठी जो लढा दिला; तो लढा, त्यांचा त्याग, बलिदान व राष्ट्रभक्तीचा इतिहास जिवंत उभा करतात. ते वसंत पोतदार लिखित 'वंदे मातरम्' या एकपात्री प्रयोगाचं असं काही सादरीकरण करतात की, निजलेली क्रांती काही क्षणापुरती का होईना, जागी होतेच. हा देश, समाज, मनुष्यजीवन सुखी करण्यासाठी क्रांतिकारक पेटून उठला. त्या त्यागमय जीवनाविषयी तरुण पिढीच्या मनात आदर निर्माण झालाच पाहिजे. त्या विभूती

रक्ताच्या नात्यापेक्षाही श्रेष्ठ होत्या, हे आजच्या पिढीला ठासून सांगणारे प्रा. वसंत गिरी 'ज्ञानयोग', संभाजीनगर, मेहकर, जि. बुलढाण्याचे जरी असले; तरी ते प्रत्येक भारतीयाच्या मनात त्यांच्या प्रयोगातून क्रांतिज्योत पेटवतात. त्यांचा 'वंदे मातरम्' हा एकपात्री प्रयोग पाहिल्यावर विंदांच्या ओळी आठवून जातात–

गतकालातुनी घेऊनी
स्फूर्ती भविष्य उजळा रे,
कळिकाळाला हाणूनी ठोकर,
मरणच मारा रे...''

***

पुरुषोत्तम बाप

३२

या जन्मासारखी कैक पानं उलटायला लागली तरी हरकत नाही; पण हे ईश्वरा— माझं गहन अज्ञान जाणून घेण्याचं ज्ञान तरी दे, असा भाव ज्यांच्या संवेदनांमध्ये नित्य तेवत असतो, अशा मनांची गती वेगळीच असते. ते भूतकाळात गुंतत नाहीत; पराभवानं खचत नाहीत; अवमानानं ठेचाळत नाहीत. कुठलीही प्रतिष्ठा, पुरस्कार, पद त्यांना थांबवू शकत नाही. कारण, त्यांना माहीत असतं— छे:, याही पुढे अफाट वाळवंट पसरले आहे. ज्ञान तर फक्त या वाळूच्या एका कणाएवढंच आहे. त्यांची लीनता विराटाच्या जाणिवेतून येते. ते आपोआपच शांतपणे, एकाकी ताऱ्याच्या ध्यासाने आपली साधना करीत असतात. ज्ञानार्जनाची तीव्र ओढ लागली की, खरा प्रवास सुरू होतो— प्रकाशाकडून अधिक प्रकाशाकडे, तेजाकडे. तेज इतकं की, शेवटी अग्नीदेखील कमी पडतो.

माझा बाप तसाच जगला. बालपण, तारुण्य हे अशा अमर्याद परिश्रमाचे दिवस! या दिवसांत काही साध्य करण्याच्या समाधानापेक्षा साधनेची एक समाधी त्यानं लावली. बालपणी आजीसोबत भांडी घासायला जाणारा माझा बाप वर्तमानपत्रं वाटून आल्यावर एक वर्तमानपत्र अंथरायचा अन् दुसरं पांघरायचा. किरायानं देण्यात येणाऱ्या सायकलींच्या दुकानात जाऊन शंभर सायकलींत पंपानं हवा भरताना त्याला लागलेल्या दमाचा विचार त्यानं केला नाही; कारण तेवढ्या सायकलींमध्ये हवा भरल्यानंतरच त्याला सायकल मिळायची डबे वाटण्याकरिता! अनाथालयाच्या शाळेत शिकून त्याच शाळेत शिकता-शिकता तबलासुद्धा शिकवायचा. तबल्याच्या कार्यक्रमातून मिळणाऱ्या मोबदल्यातून किती तरी अनाथांचा नाथ झालेला माझा बाप आज मात्र मला अनाथ करून गेला.

बालपणीच आपल्या आईला त्यानं शब्द दिला होता, "आई, मी मोठा ऑफिसर होईन. तुला ऑफिसच्या गाडीतून फिरायला नेईन."

मुलाखतीला सायकलनं नागपूरहून भंडाऱ्याला जाणारा, मलेरिया ऑफिसमध्ये कारकून पदावर रुजू होणारा, लग्नानंतर बी. ए. करणारा एम. पी. एस. सी.च्या परीक्षेत उत्तीर्ण होऊन प्रशासकीय अधिकारी झाला. ढुंगणाखाली गाडी आली; पण भांडी घासून मोठं करणाऱ्या माऊलीचं छत्र आधीच हरवून गेलं होतं. तो नेहमी म्हणायचा, "आज तुझी आजी असती, तर तिला गर्व असता माझा बाळ साहेब झाल्याचा."

तासन् तास तबल्याचा रियाज, व्यायाम, प्राणायाम आणि महाराष्ट्राच्या कानाकोपऱ्यात कुस्तीचा पहेलवान म्हणून केलेली भटकंती. सतत आत्मशोधात गर्क राहणं, हेच त्याचं समाधान. गाभाऱ्यात तर पांडुरंग आहेच; पण दिंडीत चालतानाही विठू भेटावा, असा खऱ्या साधकासारखा शोधातच आनंदच शोधायचा. लगेच यश, लगेच प्रसिद्धी, लगेच विश्वातील शिखर होण्याचं भाबडं स्वप्न त्यानं बघितलं नाही.

वयाच्या चौऱ्याहत्तराव्या वर्षी गिरनारसारख्या पर्वताच्या दहा हजार पायऱ्या चढून उतरणारा तो तरुणांनाही लाजवायचा. चार हजार किलोमीटरचा प्रवास बारा दिवसांत शहात्तराव्या वर्षी पूर्ण करणारा तो म्हणायचा, "रियाज, मेहनत, कर्तृत्वाचा सुगंध ही आतली धडपड आहे. या जीवनात संपर्क जोडायचा असतो भूक-तहानेचा, उपेक्षा-अपमानाचा, अब्रू-अपयशाचा; पण त्या प्रतिकूलतेतच नूपुर बांधून नाचायचं आहे, गायचं आहे." त्यानं शेवटचं त्यांच्या गुरुमहाराजांजवळ गुरुपौर्णिमेला मीरेचं भजन गायलं होतं. मीरा तेव्हाच होते, जेव्हा साधनेत दंग होऊन 'मी राहत नाही, मी करत नाही.' कुठल्याही सेवेचा मोका न देता तो पट्कन आकाशाआड झाला. मातीआडची मेहनत त्यानं अपार केली. यशासाठी

थांबायचं नाही म्हणणारा तो स्वत:च थांबला नाही. त्याचं आजचं यश पाहून हेवा वाटू द्यायचा नाही, त्याची काळाची साधना मात्र सुरू ठेवायची आहे, नव्या वाटा साद घालत आहेतच, असं सांगणारा पुरुषोत्तम नावाचा बाप खरंच 'पुरुषोत्तम' ठरला. मृत्यूलाही त्यानं हसतच स्वीकारलं. भडाग्नी स्वीकारतानाही तो हसतच होता आणि जणू सांगून गेला,

'आनंद या जीवनाचा
सुगंधापरी दरवळावा
झिजुनी स्वत: चंदनाने
दुसऱ्यास मधुगंध द्यावा
हे जाणता जीवनाचा
आरंभ हा ओळखावा'

***

३३

मातीमोल की मातीचं मोल?

मातीचं सौंदर्य कुठल्याच व्याखेत बसविता येत नाही; पण तिला गोंजारणाऱ्या काळजाची स्पंदनं मात्र तिची झालेली असतात. पाऊस तिच्या सौंदर्याचा चिखल करीत असला, तरी तिच्या डोळ्यांत स्वप्नं पेरतो. ती श्वासात माळून देहावरून ओसंडणाऱ्या पावसाचं अत्तर करते. ती कुणाचे तरी स्वप्न असली, तरी तिच्या अवघ्या देहाचेच स्वप्न झालेले असते. म्हणून तिनं मातीमोल होऊ नये; आपणच त्या मातीचं मोल जाणायला हवं. मातीच्या डोळ्यांत पाणी दाटून येऊ नये; नाही तर तिच्याच अंगावर फुटलेले हिरवे रोमांच तिलाच बोचू लागतात. तिला कितीही खणत गेलं तरी तिचं मोल काही कळत नाही.

रस्त्यावरून जाणाऱ्या भिक्षेकरणीच्या फाटक्या झोळीतून तिचं लेकरू आशाळभूत नजरेनं जगाकडे पाहत होतं. तिची

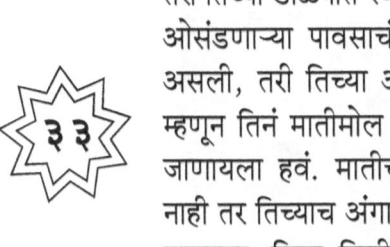

झोळी फाटली असली तरी तिचं लेकरू सांडलं नाही, परंतु डाव्या काखेत असलेल्या तिच्या दुसऱ्या झोळीतून तिनं भीक मागून जमा केलेले जोंधळ्याचे दाणे मात्र सांडले. डांबरी रस्त्यावर सांडले म्हणून ते मातीमोल झाले नाहीत. डांबरी रस्त्याला मातीचं मोल कसं कळेल म्हणा! तिनं लगेच ते सावडले. झोळीच्या फाटक्या भागाची पुन्हा एकदा गाठ बांधली आणि त्याच झोळीत तिनं एक-एक दाणा करून सारे दाणे वेचले. तेवढ्यात स्कूटीवर दळण घेऊन जाणाऱ्या पंकजचा दळणाचा डबा कसा सटकला; कळलंच नाही. त्याच्या डब्यातले सगळे गहू सांडले. त्यानं सांडलेल्या गव्हाकडे नुसतंच पाहिलं; चेहऱ्यावरचा संतापाचा भाव वगळता काहीच झालं नाही, असे दर्शवत दळणाचा रिकामा डबा घेऊन तो घरी परतला. त्याचे गहू डांबरी रस्त्यावर पडले असले तरी मातीमोल झाले होते.

काय फरक होता झोळीतल्या दाण्यांत अन् डब्यातल्या दाण्यांत? फक्त झोळीतल्याच दाण्यांनी मातीचं मोल जाणावं का? की, डब्यातल्याच दाण्यांनी मातीमोल व्हावं? मातीतला आकार आणि निराकारामध्ये हाच तर फरक आहे. झोळीला आकार नाही; डब्याला आकार आहे. आम्ही आकारातच खुरटत राहतो, म्हणून आमचे समाधानही असीम नसते. आमच्या आभाळालाही नजरेच्या मर्यादांनी आखलेलं क्षितीज असतं. आकाराच्या बंधनामुळे आमची स्वप्नंही करंटीच असतात. माती आकार धारण करते, म्हणून तिला अंताचा दंश झाला असतो.

पंकज घरी झाल्यावर आईनं विचारलं, ''काय रे पंकज, दळणाचं काय झालं? डब्यातली कणीक कुठे गेली?''

''आई, गहू रस्त्यावर सांडलेत. मला ते वेचण्याची लाज वाटली.''

''अरे, पण पाच किलो गहू होते ना ते?''

''आई, रस्त्यावरचे उचलणार होतो का मी? ते सगळे मातीमोल झालेत.''

''पंकज, ते मातीमोल झाले नाहीत; तू ते मातीमोल केलेस. वेचले असतेस, तर काही झीज झाली असती का तुझ्या हातांची? अरे, आपली तीव्र गरज मिसळली असतीस, तर गव्हाचं मोल अनमोल झालं असतं; ते मातीमोल झाले नसते. ते गव्हाचे दाणे पावलोपावली तुडवले जातील. पेरलं गेलेलं निश्चितच वाया जात नाही; पण मातीमोल झालेलं...! मीच कदाचित संस्कारांच्या बिया पेरताना चुकले की काय?''

''आई, आता बस झालं. मी सांगितलं ना, मला ते गहू वेचण्याची लाज

वाटली म्हणून?''

"अरे, मातीचं मोल जाणलं असतंस, तर व्यवहारव्यग्र वाटचालीत याच मातीतून रुजून आलेली रोपं आपली इकडे-तिकडे सरकू लागलेली पावलं सावरतात, हे तुला कळलं असतं. अन्न, वस्त्र, निवाऱ्यानं होतं ते पालन आणि संस्कारांनी दिलेल्या सुसंस्कृत वातावरणानं होतं, तेच पोषण! हेच माती सांगत असते. 'पालन' जागवते अन् 'पोषण' करुणा एका पावलानं पुढे नेते, हे तुम्हाला कधी कळेल रे? सतत बुटांत पाय ठेवणारे तुम्ही; मातीत पाय ठेवून बघा, म्हणजे मातीचं मोल कळेल. मातीत रुजता आलं तर, जीवनाच्या कल्पतरूच्या बियांतून निरांजनांचे अंकुर बाहेर येतील, प्रकाशाची सोबत होईल आणि वाटचाल सुकर होईल.

"अरे, मातीला आकार देता येतो, हे खरं आहे; पण ती निराकार आहे, हे लक्षात ठेव. आम्हाला शेवटी निराकाराशीच एकरूप व्हायचं असतं. आयुष्याच्या झोळीत जे-जे पडेल, त्याला आकार देण्यात आपण आयुष्य घालवतो. आकार तर त्या मातीनेच दिलेला असतो; मग त्या मातीचं मोल नको का जाणायला?''

> 'माती तुझ्या मातीचं मोल गं
> खणू तुला किती-किती खोल गं?
> माती तू पोटासाठी चूल गं
> माती तू पोटातलं मूल गं
> माती तू पाण्यासाठी माठ गं
> माती तू पाण्याचा घोट गं
> माती तू कुंभाराचे हात गं
> माती तू दिवनालीची ज्योत गं'

***

पात्र

३४

माणूस हळवा झाला की, पात्रं त्याला अडवतात अन् मग प्रसंग हळवे होतात. अशा वेळी पात्रं नेमकी बोलू लागतात. खोल पात्रात शब्दांचे तरंग उमटतील का? मौनात मग्न असलेल्या पात्रांना शब्दांचे धुमारे फुटू लागले, तर अपात्र असलेल्या पात्रांनाही शब्दकळा येतील. हसऱ्या पात्रांच्या फसव्या शब्दांमध्ये गुंतायचं नसतं. आनंदाचे अमृतघन प्रत्येकाच्या डोक्यावर आलेले असतात. ते शोधू पाहतात बरसायला एक 'पात्र'; परंतु पात्रच अपात्र असले, तर अमृत बरसूनही उपयोग नसतो. म्हणून जीवनाचे पात्र 'सत्पात्र' करण्याची अशी साधना करता आली, तर जीवन साध्य होतं.

जन्माला आल्यापासून प्रत्येक जण एक पात्र वठवत असतो. जन्माला येताना प्रत्येकाच्या बंद मुठीत आनंदाची एक नवी शक्यता लपलेली असते. संवेदनांची श्रीमंती लपलेली

असते. भाग्यवंतांना त्या संवेदनांचे शब्द वेळीच ऐकू येतात आणि मग त्यातून जागे होतात विविध क्षेत्रांमधील कल्पवृक्ष. तसे तर पात्र म्हणजे भांडे, पात्र म्हणजे पान, पात्र म्हणजे नदीची रुंदी, पात्र म्हणजे नाटकातले सोंग, पात्र म्हणजे योग्य स्थळ, पात्र म्हणजे वेश्यादेखील. पात्रं श्रद्धेने माणसाला अडवितात, परंतु पात्राला श्रद्धेने बांध घालता येतो काय? या प्रश्नाचं उत्तर माणसाजवळ नसतं. तरीही श्रद्धेने नदीला सांगितले की, पात्र विस्तारताना नदीनं नम्र असावं; तर पूर खरंच ओसरतो. हे होतं कसं? नदीला माय अन् आभाळाला बाप म्हटले की, असं होतं. परंतु, म्हणणाऱ्याचे पाय मात्र मातीतच रुतलेले असावेत. पात्रांकडे श्रद्धेच्या डोळ्यांनी पाहता येत नाही; ते दर्शनच घेऊ शकतात. दर्शन कशाचं; तर जे दिसतं ते दर्शन, हे आधीच ठरलेलं असल्यानं दुसरं काहीच असू शकत नाही. प्रत्यक्ष जे दिसतं, त्यावर मनातील प्रतिमेचं प्रक्षेपण करायचं असतं, हे पात्रांना कधी कळणार? कोट्यवधी प्रकारचे जीव-जीवाणू भोवती असूनही आपण माणूसच झालो, या योगायोगाचं मोल कधी कळणार? पशूच्या गळ्यात विद्यापीठाची पदवी बांधली, तर तो ज्ञानी होईल का? बुद्धीचा विकास, मनीचा प्रकाश, ज्ञानाचा उत्सव साजरा करण्याचा रियाज म्हणजे खऱ्या अर्थाने पात्र वठवणे होय.

प्रत्येक पात्राच्या मुळाशी व्याकुळताच असते. जगण्याच्या समस्यांमधून आलेली व्याकुळता. पात्र कधी कधी याचनामय होतं. विझलेल्या चुलीची आग पोटात लागली की, फुंकणीतून बासरीचा सूर कसा बरं बाहेर येईल? अशा वेळेला पात्र याचना करू लागतं. मग ते भिक्षापात्र ठरतं. बऱ्याचदा दुःख इतकं दाटतं की, जगण्याला आसवांची जलसमाधी मिळते. मग आयुष्याची नदी केविलवाणी वाहते. परंतु, ते काय जीवनाचे नदीपात्र झाले? पात्र म्हणजे नाटकातले सोंग जर म्हटले, तर माणसाच्या सावलीला ऊन टाळता येईल का? किंवा कोणत्याही झाडाला अंतरीचा उन्हाळा सांगून सावली म्हणून स्वीकारता येणार नाही. वेदनेची थोर दीक्षा स्वीकारताना पात्रांना सोंग देऊन चालत नाही; ती खरीखुरीच वठवावी लागतात.

आयुष्याच्या पुढ्यात कोणते पात्र समोर वाढून येईल, हे सांगताच येत नाही. म्हणून मिळालेला क्षण हा एखाद्या सतारीच्या रूपाने समोर आला आहे, असं समजून तिच्या साह्यानं स्वतःचं अस्तित्व आणि सारं विश्व झंकारून टाकता आलं; तर संवेदनांची श्रीमंती आपल्यात सुवर्णक्षण ओततेच. नियतीच्या आवाहनांकडे दुर्लक्ष करून कानांवर पांघरूण ओढण्यापेक्षा ती निराशेची चादर काढून फेकली आणि नव्या पहाटेचे मंगल स्वर ऐकले, तर आपले पात्र आणखी

मजबूत नाही का होणार? जाणिवांच्या जागेपणी पहाटेची पाऊलवाट नव्याने चालण्याचा प्रयत्न म्हणजे वर्तमानाचे ऐश्वर्य कळणं— हेच तर भविष्य! पात्राला पात्र कळत नसतं. नाही तर नदीला तिची खोली आणि लांबी नसती का कळली? ताटाने अन्नाचा स्वाद नसता का घेतला? माणसाने जन्म-मृत्यू नसता का जाणला? आयुष्याच्या पात्रात सुख-दुःखाची शितं वेचता आली आणि जाणिवांच्या माध्यमातून संवेदना गोळा करता आल्या, तर खऱ्या अर्थानं पात्रता कळेल. मृत्यूनंतर पात्र टाकण्यापेक्षा जिवंतपणीच 'सत्पात्र' वाढले, तर प्रत्येक घास हा यज्ञकर्म होईल.

आयुष्याचं पात्र सुख-दुःखयुक्त,

शेवटाला मात्र होतं ते रिक्त

रिती होते सागरात सरिता,

नभातून अमृतघन बरसण्याकरिता

येताना होती बांधली मूठ

जाताना काय, तर सबकुछ झूठ!

पात्राला पात्र कधी रे कळेल;

नका फिरवू पात्र नाही तर

आयुष्यच वळेल!

***

३५

काला की कला?

डोळे उघडे ठेवले की, मनही खुलं होतं. परंतु, आता डोळे उघडे ठेवणे म्हणजे गुन्हा मानला जातो. म्हणूनच गोड गळ्याची पाखरं आम्ही पिंजऱ्यात कोंडून ठेवतो. पाखरं कोंडली तरी गाणी मात्र कोंडता येत नाहीत. पाखरांची गाणी यांत्रिक तबकड्यांवर कोरून किंवा मोबाईलवर डाऊनलोड करून चार भिंतींच्या आत ऐकणं म्हणजे डोळे उघडे ठेवून खुल्या मनानं ऐकणं नव्हे. एखाद्या फुलाला न्याहाळण्याची कला अवगत करण्यापेक्षा त्या फुलाचा गंध बाटलीबंद करून आपल्या रसिकतेचा दर्प पसरवण्याची कला आज जोपासली जात आहे. तरीही बरं झालं, त्या गंधाचा स्पर्श आमच्या आवरणापुरताच मर्यादित असतो. सौंदर्यात कविता शोधण्यापेक्षा त्याची चिरफाड करण्यात आनंद मानणाऱ्यांची फौज कलेवर आक्रमण करू पाहत आहे. परंतु, ज्ञानाचे तप आचरून जी

माणसे स्वत: समाधानाने जगून दुसऱ्यालाही आपली कला देण्यासाठी राबतात; त्यांचे हात परमेश्वर हातात घेतो.

रंग, गंध, नाद, स्पर्श यांच्या सोहळ्याहून वाट काढताना 'कला' आणि 'काला' यातला फरक कळला की, ऋतूंवर विजय मिळवायचा नसतो, हेही कळतं. ऋतू शरीरावर बांधायचे नसतात. ऋतूंची हंडी उंच बांधायची असते. जीवनाचे मनोरे एकमेकांवर रचून कसंही करून ती हंडी फोडायची असते. पडत-झडत का होईना, ती हंडी फोडायची आणि त्यातले ऋतू सर्वांवर उधळायचे, हीच तर खरी कला आहे. काल्याच्या रूपानं उधळलेली कला. हळव्या ऋतूंचं कोवळेपण हृदयाच्या रूपानं पायाशी सांडतं, ओसंडून वाहतं. पक्ष्यांसाठी गाणी लिहीत, ढगांच्या नृत्यशाळा उभारत, जमिनीवर ओसंडून वाहणारा असा ऋतू...

मातीच्या पायांच्या माणसांचा स्पर्श होतो. चोचीत आभाळ धरून असलेली पाखरं काल्यातल्या लाह्या वेचायला येतात. रंगात न्हालेलं क्षितिज बाहू पसरते, थोड्याशा काल्याची याचना तेही करते. काल्याची भूक लागलेल्या पोटांच्या पिशव्या शांत होतात. दहीहंडी फोडण्यासाठी मनोऱ्यावर चढणारा सावळा आपला ताल आणि तोल सांभाळतो. कुठून तरी दुरून येणारी त्याच्याच बासरीची तान ऋतूला कवेत घेण्याची प्रेरणा देते. त्याच्या मुकुटातलं मोरपीस आधी हंडीला लागतं. असं ऋतूंच्या अस्तित्वावरून मोरपीस फिरणं म्हणजे ऋतूंना हळुवार कुरवाळणं होय. ज्या वेळेला दहीहंडी फुटते, त्या वेळेला कला आणि काल्यातला फरक कळतो. त्याच वेळेला शरणागती अन् समर्पणातला फरकदेखील कळतो.

जिंकण्यासाठी मनोरे रचावे लागतात. जिंकण्याची लढाई एकट्याची नसते. जिंकून जगता येत नाही. ऋतूंचा काला करून मात्र बहरता येतं. त्यासाठी प्रत्येकाच्या घरातल्या लाह्या, डाळी, लोणचे, भाकरीचे तुकडे एकत्र करावेच लागतात. ओंजळ धरून ध्यानदृष्टीनं जगत राहिलं की, कुठून ना कुठून असा आयुष्याचा काला अनपेक्षितपणे ओंजळीत येतो. मग करुणा प्रगटते आणि प्रकाशाच्या महानगरात आपण कधी जातो, हे कळतही नाही. हरीचा काला गोड करण्याकरता नटलेला 'कृष्ण' मनाच्या मथुरेत पूजावासा वाटतो. 'कला' आणि 'काला' यांमधला फरक आपलं भविष्य ठरवणारा असतो. भविष्य ओळखण्याची एक छोटी किल्ली आपल्याकडे असावी— ती म्हणजे 'कला' ओळखण्याची. 'कला' आणि 'काला'मधील आणखी एक फरक म्हणजे कला जागृत, तर काला उत्तम! कला ढेपाळलेली, तर काला विस्कटलेला!

कृष्ण हा महाकलाकार होता. आयुष्याचा काला गोड करण्यासाठी त्यानं

किती तरी कला सांगून टाकल्या. निसर्गात दडलेल्या साऱ्या ऊर्जांचा काला आपण ग्रहण करतो, तेव्हाच जीवनात ऊर्जा मिळते. हवा कधी धरता आली नाही, सूर्यप्रकाश कधी पकडता आला नाही, ओंजळीत पाणी कधी स्थिर राहिलं नाही, अन्न कधी साठून राहिलं नाही. या सर्वांचा काला होतो, तेव्हा खऱ्या अर्थानं ऊर्जा मिळते. शेवटी ताटात वाढलेल्या अन्नाचा कालाच करावा लागतो नं! जीवनाचा काला होण्याआधी एखादी कला अवगत केली, तर हरीचा काला मिळविण्याची क्षमता येते. परंतु, त्या आधी सबळ पावलांनी एकत्र यावं लागतं. मनोऱ्यावर मनोरे रचण्यासाठी खांदे मजबूत करावे लागतात. खांदे मजबूत झाले की, त्या सावळ्याला खांद्यावर पेलण्याची ताकद येते. हा सावळा हंडीजवळ पोहोचल्यावर म्हणतो, ''अरे, काला खाल्ल्यावर हात यमुनेत धुऊ नका, ते चड्डीलाच पुसा. कारण, ते देवलोक माशांच्या रूपानं येऊन तुमच्या हाताला लागलेला काला खातील. ते हेवा करतात खूप आपला!''

हे खरं आहे की, आयुष्याचा हेवा करेपर्यंत आयुष्य जगावं; तेव्हा आयुष्याचा काला खऱ्या अर्थानं गोडही होतो अन् आयुष्याचा गोविंदाही होतो.

***

‘बाबा, तुले बैलाईची शपथ!’

३६

हिरवळ मागे ठेवून तटस्थपणे निघून जाणं, हे पावसाचं प्राक्तन. शाळेत जाणाऱ्या रानहिरव्या मुलांना या हिरवळीवर बागडणारी फुलपाखरं खुणावतात. पावसानं थोडी उसंत घेतली की, ओथंबलेल्या झाडावर गारठलेले पक्षी परत शीळ घालू लागतात. रस्त्यावर साचलेल्या पाण्यात एखादं कार्टून कारटं पाय बुडवून बघतंच. उतरंडीच्या कौलारू घरांवर पावसानं थापा देणं थांबवलं की, मुलं शाळेला जायला निघतात. एखादं पोरगं सागाच्या भल्याथोरल्या पानाची टोपली करून डोक्यावर घालतं. शाळेच्या रस्त्यावरच हे निसर्गचाळे होत असतात. पावसाच्या कानांत शिरलेला वारा थांबला अन् पाऊसही थांबला. पाऊस जरी थांबलेला असला, तरी वाटा आणि वळणं निसरडीच असतात.

सदा नेहमीच शेतातल्या पाणंदीवरून शाळेत जाणं-

येणं करायचा. त्याला शेतातली पायवाट नवखी नव्हती. श्रावणात मात्र चिखल तुडवतच त्याला शाळेला जावं लागायचं. हिरव्यागार डवरलेल्या पात्यांवरून हात फिरवत कधी धावत; तर कधी हळुवार जायला त्याला आवडायचं. कधी फुलपाखरांना पकडण्याच्या नादात, तर कधी पक्ष्यांना गोफणीनं हाकलण्याच्या नादात त्याला शाळेला उशीर झाल्याचा भास व्हायचा. मग तो शिक्षा होऊ नये म्हणून धावत-पळत शाळेत पोचायचा. आज पोळा असल्यामुळे सकाळची शाळा होती. शाळा सुटल्यावर सदा घरी जायला निघाला होता.

तेवढ्यात दूरच्या बांध्यामधून सदाच्या बाबांनी आवाज दिला— "सदा ओऽ सदाऽऽ कपडे बदलूनसन्यारी बातच येजो रे गड्या." सदानंसुद्धा "येतो होऽ बाबा", असं म्हणत उत्तर दिलं. सदा घरी गेला. दप्तर ठेवलं. शाळेचे कपडे बदलले. आईचा स्वयंपाक व्हायचाच होता. आज पोळ्याचा सण असल्यामुळं गोडधोड होणार होतं. बैलांना नैवेद्य दाखविल्याशिवाय जेवायला मिळणार नव्हतं.

तेवढ्यात सदाची आई म्हणाली, "बेटा सदा, कालची भाकरी शिल्लक हाय, तिचा कुचकरा कर. तिच्यात तेल-मीठ टाक, खाऊन घे; आन् बाबाच्या दिमतीले जा. सांजच्याला बैलाईले तोरनाखाली नेजो, म्हंजी झालं."

"आई, माझ्याच्यानं ते बैल नाही पेलवायचे, मी नाही नेणार."

"आरं, तं बाबाच्या मदतीनं नेजो."

सदानं शिळ्या भाकरीचा कुचकरा खाल्ला अन् बाबाच्या मदतीला वावरात गेला. बाबांनी बैलांना अंघोळ घातली होती. सदा जेव्हा वावरात पोचला, तेव्हा बाबा बैलांचे खांदे शेकत होते. पाय चोळून देत होते. "आरं सदा, थो आलू काप आन् रंगाईत बुडवून-बुडवून दे ठिपके ठेवून. बैलाईच्या पाठीवर साजरे रंगवजो. आपल्या सर्जा-राजाची जोडी साजरी शोभली पाहिजे. म्या ह्याईच्या शिंगाईले बाशिंग बांधतो अन् देतो झूल चढवून. तू या जोडीले घेऊन सटवाईजवळ जा अन् लगबगीनं घराले ये. मी बातच घराकडं येतो."

तेवढ्यात सदा म्हणाला, "बाबा, ए बाबाऽऽ आज सनासुदीले पेऊनबेऊन येऊ नगं. मायनं राखू-राखू ठिवलेल्या पैशातून पुरनाचा बेत आखला हाय. डाय महागली असली तरी तिनं वाटीभर वरनं मांडलंच हाय. तू पेऊ-पेऊ बरबाद करू नगं. रोज भाकरी भेटते तं सुखानं साऱ्याईले खाऊ दे. ते मन्याच्या बापानं पेन्यापाईच आत्महत्या केली. आता त्याले शाया सोडून बैलाईच्या मागे राहा लागते. माही अशी दशा करजो नको, म्हनजी झालं."

"ए सदा, तू लई बोलाले लागला रं हायस्कूलात गेल्यापासून? जास्त

चबर-चबर करनं बंद कर.''

"चबर-चबर करू नाय तं काय करू? हे पाय, हे बैल पाय. वर्षभर राब-राब राबतेत. याईले वर्षभरातून एकडावच, तेंबी पोऱ्याले चांगल खायाले भेटते. त्यायीच्या मनात नाही आला कधी आत्महत्येचा इचार? आपल्याले चांगले खायले भेटते, तं त्याचा माज येते. शौकपान्याच्या वाटी जाता आन् कर्जबाजारी व्हता. मंग कर्ज फेडणं नाही झालं का आत्महत्या करता. आमच्या मायाईनं कधी आत्महत्या नाही केली. ए बाबा, तुले आज या आपल्या बैलाईची शपथ हाय! आजपासून पेनं बंद कर; अन् पोराभराच्या वक्ताले डफाच्या तालावर सुदी-मुदी ताल धर; तोच खरा बोजारा आम्हाले भेटन!''

***

वझ्झरचा निर्झर

३७

परडीभर फुलं घेऊन पाऊस आला तसा निघून गेला. पावसाला काय माहीत की, त्यानंच निर्माण केलेल्या निर्झराद्वारे आतून फुलणारी हिरवळ असते! बंगल्याच्या आत फुलवलेली हिरवळ भूक भागल्यानंतरही फुलवलेली असते; पण ती मनसोक्त नसतेच. रानातली हिरवळ माणसांवर उपकार करणारी असली, तरी ते राबणाऱ्या हातांना जमिनीने दिलेले दान असते.

अशा एखाद्या गावच्या जमिनीला पुण्यवान पायांचा अन् माय झालो नाही म्हणून खंत करत वक्ष नसताना वात्सल्याचा पाझर फुटणाऱ्या शंकरबाबा पापळकरांचा जेव्हा स्पर्श होतो, तेव्हा त्यांच्या पावन संस्कारांचे तरंग वझ्झरसारख्या गावावर मायेचं आकाश होऊन तरंगतात. त्यांच्याच करुणेची ज्योत उजळत अंध, अपंग, मतिमंद मुलं सूर्यफुलाप्रमाणे वावरतात.

समाजानं गटारात, केरात, संडासात फेकून दिलेली मुलं माणूसधर्मानं संस्कारित करणं, हे त्यांच्या आश्रमाचं वैभव. वाटाच नसलेल्या वाटा पावलांनी धुंडाळत, थंड काळोखाला धक्के देत एखादा पोपडा पडून प्रकाश येईल का, याची वाट न पाहता शंकरबाबांसारखा सूर्य वझ्झरच्या टेकडीवर उगवला; त्याला मावळायचं नाही. कारण, मावळल्यानंतर पडलेल्या अंधारात होणारे माणसाचे चीत्कार तोच सहन करू शकतो. गावातल्या मातीतल्या ढेकळाप्रमाणंच गावाशी अन् त्यांच्या सव्वाशे मुलांशी एकरूप झालेल्या एखाद्या मातेला संकोच वाटावा, असं प्रयत्नदत्त वात्सल्य त्यांच्यात कुठून आलं असावं? खरं तर या प्रश्नाचा वेध न घेतलेलाच बरा. स्वत:चीच घाण अंगाला पोतू पाहणाऱ्या मतिमंद मुला-मुलींना न्हाऊ-खाऊ घालून, स्वच्छ ठेवून मोठं करू पाहणारे शंकरबाबा म्हणजे वझ्झरचं धन!

लाचारीचा अंश नसलेला, कणेदार आयुष्य कसं स्वाभिमानानं तेजाळलेलं असतं, हे पटवून देणारा हा शंकरबाबा प्रत्येकासमोर एकच दान मागतो, 'शासनकर्त्यांनी बेवारस मतिमंदांचं अठरा वर्षे पूर्ण झाल्यावर पुनर्वसन करावं.' अशा मुली अठरा वर्षांनंतर वेश्याव्यवसायाकडे जाऊ नयेत, ही त्यांची पोटतिडकीची याचना; ढेपाळलेलं सुस्त शासन का ऐकत नाही, कुणास ठाऊक. 'शासनानं असा कायदा करावा', असं वारंवार सांगत असतानाही, शासनाला पाझर का फुटत नाही?

शिकण्याची उमेद मलूल झालेली; पण प्रत्येकाच्या अंगी असलेल्या कलेला मिळालेला वाव शंकरबाबांच्या आश्रमात गेल्यावरच पाहायला मिळतो. त्यांच्या मतिमंद, अंध, अपंग मुलं-मुली टाळ्या अन् रानफुलांनी बांधलेल्या पुष्पगुच्छांनी हसतमुखानं स्वागत जेव्हा करतात; तेव्हा वाटतं, 'यांच्या चेहऱ्यावरचं हसू कधी पुसूच नये कोणी!'

मुंबईच्या डोंगरी संडासात टाकून दिलेला, शंभर टक्के मतिमंद असलेला अनिल लगेच समोर आला. त्यानं तयार केलेल्या कागदी फुलांनी प्रत्येकाचं स्वागत केलं; एवढेच नव्हे, तर कागदी कॅमेऱ्यानं फोटोसुद्धा काढला. मनाचं निराकार ढेकूळ, जातिवंत संस्कारांच्या मुशीत आपला चेहरा शोधत दुसऱ्यांचे चेहरे टिपतं, हे बघून कौतुक वाटलं. नागपूर रेल्वेस्थानकावर कुणी तरी टाकून दिलेली मलिका आज या संस्थेचं अध्यक्षपद सांभाळते आहे, हे ऐकून वाटलं— 'मानसिक विकलांग असूनही नैसर्गिक प्रतिकूलतेच्या पाळण्यात शंकरबाबांची मोठी स्वप्नं भूपाळी गात आहेत!'

पंढरपूरच्या गोदेच्या वाळवंटात टाकून दिलेली सहा महिन्यांची गांधारी अंध असूनही आवाजाचा वेध घेत शंभर टक्के मतिमंद मुलीला रस्ता दाखवते.

लग्न झालेली मूक-बधिर मुलगी अन् तिचा मूक-बधिर पती जेव्हा घर दाखवतो, तेव्हा काजळतीच्या दिवशी बेलफुलांनी झाकलेली पिंड दाखवताना मुक्यानंच सांगून जाते, 'हा शंकर नाही; तर तो बाहेर साक्षात शंकर आहे.'

आपलं सेक्रेटरीपद पंढरपूरला केराच्या टोपलीत सापडलेल्या अंध विदुराला बहाल करणारे शंकरबाबा पापळकर स्वत:च्या जिवंत कबरीपाशी घेऊन जातात आणि म्हणतात,

''ए खुदा दो पल की
जिंदगी और दे दे मुझे
मेरे कब्रसे उदास
जा रहा है कोई।''

***

‘मॅडम, तुमचा पदर पकडू?’

३८

पहाटेची चट्‌कन दुपार होते अन् संध्याकाळ रात्रीच्या कुशीत जाते. शेवटी रात्र नव्या पहाटेकडे निघती होते.

वेळेला कधी गुलाम करता आलं नाही, की वेळेला कधी थांबवता आलं नाही. युगानुयुगं ही ‘पळापळा’ची धावपळ सुरू आहे.

वेळेचा हा गतिमान वारा ज्याला उमगला, त्याला प्रत्येक क्षणात ‘वेळ हातात नाही’ हे वेगळं सांगावंच लागत नाही. मान्य आहे की, वेळ थांबविता येत नाही; पण वेळ साधता मात्र येते.

करू— पाहू— उद्या बघू, असा विचार करणाऱ्यांना वेळ साधण्यापेक्षा वेळ मारून नेणं जमतं; पण वेळ किती वेळा मारून न्यायची? अनाथ-निरागस बालकाला कसं सांगायचं की, तुझ्यासारख्या अभागी बालकाला जगण्याची अशीच

वेळ आली म्हणून! शाळेतल्या मॅडमला प्रश्न पडला होता की, या अबोलीचं नाव अबोली कुणी बरं ठेवलं असेल? सतत बडबड करणारी मुलगी अबोली असूच शकत नाही.

रोज "मॅडमऽऽ मी आलेऽऽ" असं म्हणत वर्गात एन्ट्री करणारी अबोली मान खाली घालून वर्गात आली. मॅडमला आश्चर्य वाटलं.

"काय गं अबोली, काय झालं? तुला बरं नाही का?" मॅडमच्या पदराशी लटके-लटके खेळत साऱ्या बाबी सांगणारी अबोली आज बोलत का नाही, याचं आश्चर्य साऱ्यांनाच वाटलं. मॅडमनं अबोलीला जवळ बोलावलं आणि विचारलं, "काय गं अबोली, आश्रमात काही झालं का? तुला कुणी काही बोललं का? अनाथालयातून शाळेत येणाऱ्या अबोलीच्या मनात विचारांचं काहूर नेहमीच दाटलेलं असायचं. मॅडमनं केलेल्या स्तुतीचं तिला कौतुक असायचं.

"अबोली, तू आज छान दिसते आहेस," असं म्हटल्याबरोबर तिचं उत्तर असायचं, "आश्रमातल्या ताईंनीच माझी तयारी करून दिली."

आज अबोल असलेल्या अबोलीला मॅडमनं पुन्हा विचारलं, "अबोली, तू आज बोलत का नाहीस?" अस्वस्थ वर्तमानात जगणाऱ्या अबोलीनं उत्तर दिलं, "मॅडम, आज नं आमच्या आश्रमात एवढ्या-एवढ्या मुलीला कुणी तरी आणून सोडलं." अबोलीनं आपल्या हाताचे माप सांगत नुकतंच जन्मलेलं बाळ आश्रमात आणून टाकल्याचं सांगून टाकलं. अबोली म्हणाली, "मॅडम, त्या छोट्या बाळानं मुठी बांधलेल्या होत्या."

दहा वर्षांच्या अबोलीचं भेदरलेलं स्वरूप पाहून मॅडम म्हणाल्या, "बेटा अबोली, त्या बाळाच्या मिटलेल्या मुठीत एक टाळी लपलेली असते. देवबाप्पा कुणालाही रिक्त हस्ते पाठवत नाही. म्हणूनच तर बाळाच्या मुठी बंद असतात."

"पण मॅडम, अनाथ बाळ आनंदानं टाळ्या कधी तरी वाजवेल काय हो?" अबोलीच्या या प्रश्नानं मॅडम अवाक् झाल्या. मॅडमच्या मनात आलं, अबोलीला कसं समजावू की, आयुष्यभर अनेक महाभागांना ही टाळी सापडत नाही म्हणून? कसं समजवू की, हे करंटे माय-बाप वळलेल्या चिमुकल्या मुठींना हाताच्या अंतरावर ठेवून का निघून जातात ते? मॅडमनं अबोलीला कवेशी घेतलं आणि म्हणाल्या, "अबोली, तू ज्या आश्रमात राहतेस तिथं असं प्रेम, अशी भक्ती उगम पावते की, त्याचे संकेतच नसतात; असते फक्त उत्कटता! तिथे बंधन नसतं; असते फक्त अमर्यादता! त्यातली दाहकता पचवायला पोलाद व्हावं लागतं. त्यातून जे नंदनवन फुलतं, ते पाहायला दोन डोळे पुरणार नाहीत.

निभावून नेणाऱ्यांची ताकद असणाऱ्यांचंच ते नंदनवन असतं.''

अबोली लगेच म्हणाली, ''मॅडम, तुमच्या डोळ्यांत पाणी का आलं हो? तुम्ही काय बोललात, ते मला कळलं नाही. पण, आमच्या आश्रमात मावशी नेहमी म्हणत असतात की, हे वंचितांचं नंदनवन आहे. मॅडम, वंचित म्हणजे काय हो?''

आता पुन्हा मॅडमला वेळ मारून न्यावी लागणार होती.

''मॅडम, नका विचार करू; फक्त एक सांगा, आम्ही नेहमीकरता वंचित राहणार काय हो?''

''नाही गं बेटा, असं नको म्हणूस.''

''मॅडम, मग मी तुमचा पदर पकडू?''

***

३९

धागे मानवी प्रयत्नांचे

अंतर्यामीच्या स्वच्छ, पारदर्शक जगण्यातून एकदा तरी दुसऱ्यासाठी जगता आलं की खरं जगणं कळतं. नि:स्वार्थीपणे दुसऱ्यांचं भलं केल्यानंतर मिळालेल्या समाधानात एक उमदेपणाचा डौल असतो. अशी डौलानं जगणारी माणसं ऐश्वर्यसंपन्न व्याख्येचे कवच फोडून जगतात. स्वत:ची स्पंदनं ओळखून दुसऱ्या जीवांची स्पंदनं होतात. अशी माणसं दुसऱ्यांचा मणका होतात. किंबहुना, दुसऱ्याचा तुटलेला मणकाही जोडून देतात. पाठीत असलेला कणा किंवा मणका हा शरीराचा तोल जाऊ देत नाही; पण हा मणकाच जर तुटला किंवा त्याचा अपघातात चुराडा झाला तर...? अशा वेळेला कमरेखालच्या सगळा भाग अधू होऊन जातो.

ट्रक उलटून झालेल्या अपघातात सेनाडबार गावच्या जगन्नाथ भादेचा मणका तुटला. त्याची स्पायनल कॉर्ड डॅमेज

झाली. काही दिवस गावठी इलाज करत बसला; मात्र त्याला यश आलं नाही. वाडीत पिकणाऱ्या कोबीची विक्री करणारा जगन्नाथ पैशाअभावी अधू झाला. त्याला कुणी तरी सांगितलं— डॉ. अभिजितकडे जाऊन बघ; ते नक्कीच काही तरी मार्ग काढतील. लाखो रुपयांचा खर्च कसा झेपेल? कोणत्याही डॉक्टरकडे गेलो, तरी पैसा लागणारच ना? असा विचार करणारा जगन्नाथ मग डॉ. अभिजितकडे पोचला. अभिजात सौंदर्य लाभलेल्या अन् वरपांगी श्रीमंत रूप असलेल्या अभिजितकडे पाहून जगन्नाथ घाबरला.

त्यानं भीत-भीतच स्वत:ची सारी व्यथा सांगितली.

डॉ. अभिजितसमोर ही केस 'चॅलेंजिंग' होती. कर्तृत्ववान मनाला जगाचा आवाका वेळीच जाणवावा लागतो. पंख पसरायला गरुडाला आकाशच हवं. छोट्या घरट्याला आकाश मानलं तर गरुडाची चिमणी होऊन जाते, हे सत्य डॉ. अभिजित जाणून होते. रक्त, अश्रू, घाम यानं पिळवटलेल्या जगन्नाथाच्या मणक्यावर इलाज करण्याचं डॉ. अभिजितनं ठरवलं. अन्य डॉक्टरांनी किमान एक ते दीड लाखाचा खर्च येईल, असं जगन्नाथला सांगितलं होतं; परंतु बावीस हजारांत तुझं काम होईल, असा प्रोत्साहनदायी होकार डॉ. अभिजितकडून मिळाल्यावर थांबेल असं वाटणाऱ्या काळोखाला एका दिव्य क्षणी जशी गती मिळते, तसं हास्य जगन्नाथच्या चेहऱ्यावर झळकलं. जगन्नाथच्या नातेवाइकांकडे कसेबसे अठरा हजार जमले.

डॉ. अभिजितचं अजिंक्य कर्तृत्व तेवढ्याच मोबदल्यात ढगातल्या सोनकवडशासारखं व्यक्त झालं. जगन्नाथाच्या मणक्यावर शस्त्रक्रिया झाली. डॉक्टरी म्हणजे केवळ आर्थिक कमाई नाही; ती पूजाच आहे, असं म्हणणाऱ्या डॉ. अभिजितनं लुळ्या पडलेल्या जगन्नाथला चालतं केलं. आजही जगन्नाथ नागपूरला आला की, शिवाजीनगरला राहणाऱ्या डॉ. अभिजित देवांकडे जाऊन कोबींचे दोन गड्डे देऊन आपल्या ऋणाची परतफेड करतो. शिंगाडे विकणारी सविता डॉ. अभिजितकडे लंगडतच आली. तिच्या पायातल्या हाडात 'बोनट्यूमर' झालेला. घरच्या बिकट परिस्थितीने शिंगाडे सोलण्याचा भला मोठा अडकित्ता तिच्या हातात दिला होता. शिंगाडे विकताना ती बऱ्याचदा स्वत:शीच बोलायची. प्रत्येकाचं जीवन शिंगाड्यासारखं जन्म-मृत्यूच्या पात्यात अडकून हळुवार कातरलं जात असावं का? पायात बोनट्यूमर असल्याचं सांगितल्याबरोबर सविता घाबरली. परिस्थितीशी झगडत खडतर वाटा मखमली करणारे पायच जर अधू झाले, तर कसं होईल? परंतु निखारे मुळाशी घालून वेगळ्या धाडसानं जगण्याचं बळ

देणाऱ्या डॉ. अभिजितनं सविताच्या मुखावरचं हास्य टिपलं. सुंगणी देणाऱ्या डॉक्टरांपासून एक्स-रे काढणाऱ्या कर्मचाऱ्यापर्यंत सर्वांशी डॉ. अभिजितनं संधान साधून सविताच्या पायावरचा बोनट्यूमर मोफत काढून दिला. आज सविता शिंगाड्याचं टोपलं डोक्यावर घेऊन शिंगाडे विकते.

ती म्हणते, ''माझी अवस्था शिंगाड्यासारखी झाली होती. कधी कोणतं सालटं निघणार, हे माहिती नव्हतं; पण शिंगाडा जसा स्वत:चे सालटे काढून गोड गाभा देतो, तसं मगजदार आयुष्य मला साक्षात देवानं— म्हणजे डॉ. अभिजित देवानं दिलं.'' खरं तर अभिजित म्हणजे सत्तावीस नक्षत्रांमधलं एक नक्षत्र. अशी नक्षत्रे इतरांचे आयुष्य उजळून टाकतात. स्वप्नवत् वाटणाऱ्या सत्यामागे विणकऱ्याचे हजारो हात असतात. त्यातला एक धागा परमेश्वराच्या चिवट कृपेचा असतोच. पण इतर धागे मात्र मानवी प्रयत्नांचे असतात, हेच खरं.

***

समर्पणाच्या शमीपत्रांचा गंध

४०

अंतर्यामीची मनगंध कुपी हलकेच उघडली की, लौकिक मागण्यांचा विसर पडतो. शांत बसलो असतानाही अवतीभवतीची शांतता गहन करता आली की, ती शांततादेखील ऊर्जा होऊन आपल्या संवेदना तुडुंब भरून देते. मग अरूपाचा साक्षात्कार आपल्या मंगल कर्मामधून पालवतो. सभोवताली मोहक वातावरणाचं जाळं विणलेलं असताना निर्मोही होण्याचे दिवस आश्विनातले असतात. कारण आईच्या—जगदंबेच्या ममतेचं उबदार पांघरूण या दिवसांवर असते. भल्या पहाटे फिरायला निघाल्यावर प्राजक्ताच्या फुलांना आपली ओंजळ द्यावी, असे उगाच वाटून जाते. अंबेच्या विविध आणि त्रिविध स्वरूपांना विवेकाच्या पूजेने बांधून ठेवण्यासाठीच हा फुलांचा सडा असावा.

लाल दांडी अन् पांढऱ्या पाच पाकळ्या असणारे

प्राजक्ताचे फूल दुसऱ्याच्या अंगणी पडते. त्याचं कारण माणसाने संयमी असावं, म्हणूनच ना? माणूस संयमी झाला की क्रोधाचे हल्ले परतवून लावणं फार सोपं होतं. अंबेचं सीमेपलीकडे जाणं आणि परतणं म्हणजे सुकाळात अन् दुष्काळात कर्मांना सारखीच संधी देणं होय. अंधारात आणि उजेडात ज्ञानाला जशी सारखीच जाणीव असते, तशी प्राजक्ताच्या फुलांना— या अंगणात असो की त्या अंगणात— सुगंधाची सारखीच जाणीव असते.

"आईऽ आईऽऽ आपण देव्या बघायला जायचं का? माझ्या मैत्रिणी कुठून कुठून देव्या बघून आल्यात सांगू?"

"हे बघ प्राजक्ता, मला सांगण्यापेक्षा तुझ्या बाबांनाच सांग. ते जर घेऊन जात असतील, तर आपण जाऊ; नाही तर राहील."

"आई, तुला माहिती आहे ना, बाबा किती नीरस आहे ते? तूच सांग ना त्यांना... दोन-तीन दिवसांत देव्या उठूनदेखील जातील."

बाबा पेपर वाचत बसलेले होते. तेवढ्यात आई म्हणाली, "अहो, प्राजक्ता म्हणते, आपण देव्या बघायला जाऊ. केव्हा जायचं, ते सांगून टाका एकदा."

"काय दर वर्षी तेच ते बघायचं? तीच रोषणाई, तीच मोठमोठी उभारलेली मंदिरं. सर्व तेच पुनः पुन्हा काय पाहायचं?"

"अहो, हे काय? तुम्ही जरा आश्विनीतला उत्साह तर अनुभवा. या दिवसांत डोळ्यांत विजयाची ऊर्मी दाटून येते. पावलांमध्ये वारं संचारतं. सीमोल्लंघनाला जाण्याची धिटाई या दिवसांमध्ये असते ना? ती अंबामाय सीमोल्लंघनाला निघते अन् परतते, ते उगीच नव्हे! ती परतताना सीमेपलीकडून सुगीचे सारे दिवस परत आणते. म्हणूनच बदलत्या क्षणांसोबत आणि जीवाच्या भावविश्वासोबत रूप बदलणं तिला जमतं.

"एखादं ते रूप आपल्या प्राजक्ताला जरा दाखवून आणा. आपण मंदिरात कशाला जातो? ध्यानातील परमेश्वर अनुभवण्यासाठीच ना? तेच ते जेवण रोज काय जेवायचं, असं म्हणून आपण त्या अन्नपूर्णेला कधी सोडून देतो का? असे कसे हो नीरस तुम्ही? समर्पणाच्या शमीपत्रांचा गंध तुमच्यात कधी दरवळणार? मान्य आहे— देव्या बघायला गेल्यावर तो गाण्यांचा गोंगाट, धसमुसळेपणा, रेटारेटी, गरब्याच्या तालावर थिरकणारे ते धुंद झालेले पाय... या सगळ्यांची भीती मनात असू शकते. म्हणून नक्षीदार मंदिर, सुबक मूर्ती, मनमोहक रोषणाई यांच्यात असणाऱ्या मन:शांतीच्या गंधखुणा अनुभवायच्या नाहीत काय?

"अहो, आपली प्राजक्ता कधी तरी हट्ट करते का? मला गाडी चालवता आली

असती, तर तुम्हाला विचारलंही नसतं. अहो, असं मख्ख बसून माझ्याकडे एकटक काय बघताहात? प्राजक्ताला देव्या बघायला नेणार आहात की नाही, याचे उत्तर द्या."

तेवढ्यात बाबा हळूच म्हणाले, "आता मला पटलंय— या दिवसांत वारं का संचारतं ते! गाभाऱ्यातलं रूप हृदयात साठवण्याची सवय आतापर्यंत होती; पण हे साक्षात् रूप आता कुठं साठवायचं?"

"अहो, हे सगळं मी आपल्या प्राजक्तासाठी म्हटलं. आपली प्राजक्ता आपल्या अंगणात जरी वाढत असली, तरी तिची फुलं दुसऱ्याच अंगणात पडणार आहेत. आज तिचा हट्ट पुरवायचा नाही, तर केव्हा पुरवायचा?"

"हो माझे आई, आपण देव्या बघायला जाऊ."

या वेळेला मात्र लपून-छपून आई-बाबांचं बोलणं ऐकणाऱ्या प्राजक्ताने जागेवरच टुणक्न उडी मारली.

***

पिसासारखी हलकी झालेली दीक्षाभूमी

४१

फुलून गळून पडल्यावर झाड आतल्या आत कोसळत असतं, हे इतरांना कसं कळणार? डोळ्यांत हळवी आव्हानं पेलून रिक्त झालेली वाट न्याहाळताना तिला फुटलेला मायेचा पान्हा ढगांमध्ये दडून बसलेल्या पावसागत तिच्यातही दडून बसला होता. वाहतुकीनं अन् लाखो बांधवांच्या येण्या-जाण्यानं थकलेल्या हमरस्त्याच्या शेजारी असलेल्या झाडांची पानं धुळीनं माखली होती; केविलवाणी झाली होती.

बांधव सोडून गेल्यानंतर मागे राहिलेली दीक्षाभूमी आता पिसासारखी हलकी झाली होती. तिचं मन ओढाळ, गढूळलेलं होतं.

नकोशा झालेल्या पावलांची अंगावर बसलेली धूळ झटकण्याचे त्राण तिच्यात राहिले नव्हते. तिच्या अवतीभवती वाऱ्यावर वळणदार अक्षरं काढणारी झाडांची फुलं भिरभिरत

होती.

ही फुलं वियोगाची सुगंधी गाणी का लिहितात, हे तिला कळलं होतं. बाबाच्या भुकेपायी आलेली माणसं दीक्षाभूमीचा निरोप घेऊन गेलेली होती. कसलीही भूक असली की, निरोप घ्यावा अन् द्यावाही लागतोच. गर्दीला दीक्षाभूमीचा निरोप घ्यावाच लागला होता. गर्दीला मात्र जाणवलं नाही की, भूमी अन् बाबा या व्यक्ती नाहीतच. त्या समष्टी आहेत. फुलासारखा थोडा थोडा सुगंधी जीव घेऊन मिरवणं सोपं आहे; परंतु भूमी अन् बाबा अनुभवायला गुलाबाचं काळीज लागतं. दीक्षाभूमीला प्रत्येक वेळेला सोडून जाताना जीवघेणं हेलावणं सोबत असतं, हे मान्य; परंतु सोडून गेल्यावर तिच्या सभोवतालच्या करपलेल्या वातावरणानं तिचा जीव गुदमरतो, त्याचं काय?

ती म्हणते, या गर्दीला आत्मशोधाची भूक कधी लागेल? गावाहून बाबाच्या भुकेनं निघालेल्या लेकराला त्याच्या मायनं गरम भाकरी बांधून दिलेल्या होत्या. ही दीक्षामाय पावलोपावली गरम अन्न घेऊन उभी असते.

कशासाठी? साऱ्या लेकरांची भूक भागवण्यासाठीच ना? तिला सोडून जाताना ही बेशिस्त गर्दी एवढी जिव्हारून का जाते? केवळ समाजबांधव म्हणून आपण ज्या धर्मात जन्माला आलो, तेवढ्याच समाजाचा विकास व कल्याण व्हावे, एवढाच हेतू बाबासाहेबांच्या कार्याचा नव्हता, असं ती पोटतिडकीनं सांगते.

ती अगतिकता नाही; अन् पराभव तर नाहीच नाही. ती दीक्षाभूमी तलम मनाची आहे. एकांतात ती हळवी होते. तिचा झालेला गलिच्छपणा तिला सतावतो. ती गर्दीत हरवते जरूर; पण तिची भेट तिच्याशी होणे दुरापास्त होते. म्हणून हळव्या झालेल्या त्या दीक्षा भूमीचे उंबरेदेखील डोंगराएवढे होतात. तटस्थ असणे वेगळे अन् तुटक असणे वेगळे. ती भूमी तटस्थ जरी असली, तरी या वेळेला मात्र ती तुटते.

काहींची भाषणं, काहींची भीमगायनं, काहींची नुसतीच खरेदी-विक्री, काहींची रेटारेटी, काही लीडरांचे बेगडी कार्य... या लीडरांमध्ये आदेश देणारे शेकड्याने अन् न जुमानणारे हजारोंनी. शेकडो आंबेडकर; पण बाबा एकही नाही.

दीक्षाभूमीच्या या संवेदना तिच्या सावलीतच जागृत होतात. भूमी, पाणी आणि दीक्षा यांच्या संगतीनं पालवी फुटत नसेल, तर काय अर्थ? या दीक्षाभूमीनं स्वत:च्या अनुभवांचे पिंजरे करून स्वत:ला त्यात कोंडून घेतलंय. ती दर वर्षी मात्र म्हणते, लेकरांनो! जे स्वप्न उराशी घेऊन बाबासाहेबांनी जीवनाची होळी केली; ते केवळ स्वत:पुरते स्वर्गसुख उपभोगण्यासाठी नव्हे! त्यांच्या ज्ञानाचा

परमोच्च उपयोग या भूमीतल्या कणाकणाला व्हायला हवा. जिवंत शरीरांचे, वस्तूंचे दळणवळण सोपे आहे; पण जाणिवांचेही दळणवळण व्हायला हवे. काम झाल्यावर माझा (दीक्षाभूमीचा) वापर योग्य करू, हे मनावर हात ठेवून ठरवलं; तर फाटलेल्या आभाळाला दोन टाकेदेखील निश्चित घालता येतील. मग थांबविणाऱ्या वादळ-विजा वाटेत आल्या, तरी त्या विजेतून निरांजन लावून त्याच्या प्रकाशात पुढे चालता येईल.

आणि, असं जर केलं नाही, तर प्राध्यापक अशोक थोरातांच्या ओळी बोलक्या होतील...

पुन्हा पुन्हा हा जरी हासतो
बुद्ध मनातून रडतो आहे
छन्नीने मी घडलो होतो
भक्तीने बिघडलो आहे

***

शब्दांपलीकडला संदेश

४२

भाषेच्या पोषणात जीवनाच्या पोषणाची बीजं असतात. मनाची मुळं जाणिवांच्या मातीत रुजवण्याचं माणसाचं सामर्थ्य संवादांच्या आकलनानं वाढतं. संवाद हा मनाच्या आनंदासाठी, जीवनाच्या समाधानासाठी जर झाला; तर त्याचा परोत्कर्ष हा काही निराळाच असतो. परंतु, आज प्रश्न निर्माण होतो— घरात जास्तीत जास्त वेळ संवाद कोण साधतं— मोबाईल की माणसं?

मूक-बधिर मुलांच्या शाळेतील एका मुलानं हातवारे करत त्याच्या सरांना काही तरी सांगितलं. कार्यक्रम सुरू असताना हे सांगण्याची गरज नव्हती, असं म्हणत सरांनी त्या मुलाला दाटलंदेखील. न राहवल्यामुळे प्रमुख पाहुण्यांनी त्या सरांना विचारलं, "का हो सर, तुम्ही त्या मुलाला का दाटलंत? त्याच्या हातवाऱ्यांच्या खुणांनी तुम्हाला त्यानं असं

काय सांगितलं, की तुम्ही त्याला रागावलंत?''

''सर, जाऊ द्या ना; या मुलांना नको ते ऑब्झर्व्ह करण्याची सवयच असते.''

''अहो, पण त्यानं असं काय ऑब्झर्व केलं, ते तर सांगा?''

त्या सरांनी जे सांगितलं, ते त्या मुलाच्या हिशेबानं चुकलेलं नव्हतंच. तो मुलगा म्हणाला होता— सर, त्या प्रमुख पाहुण्यांना सांगा आपला मोबाईल ऑफ करायला. कार्यक्रम सुरू असताना दोन वेळा ते मोबाईलवरून बोललेत. त्या मुलाला प्रमुख पाहुणे मोबाईलवर का बोललेत, याची चीड नव्हती; तर जन्माला आल्यापासून श्वास घेऊन शब्दांची सोबत घेतल्याशिवाय त्याला खाणाखुणांनीच बोलावं लागायचं. ऐकू न येणं अन् बोलता न येणं, हा त्याचा शारीरिक दोष होता. पण, मोबाईल त्याला कधीच वापरता येणार नव्हता, याची त्याला मानसिक खंत होती. मुका आणि बहिरा असल्यामुळे आपल्या विचारांच्या, श्वास-नि:श्वासाच्या कंपनानं मोबाईलमधलं स्पंदन त्याला सतावत होतं. सारं जग मोबाईलच्या गतीनं धावत सुटलं असताना गतीचा सर्जनशील सूर त्या मुलाला पकडता येत नव्हता. मोबाईलवर बोलणाऱ्यांचा त्याला राग यायचा.

प्रमुख पाहुण्यांनी त्या मुलाला जवळ बोलवलं. ''काय नाव बेटा तुझं?''

'ॲ ॲ ॲ' करत त्यानं हातवारे केले. त्याच्या सरांनी सांगितलं, ''याचं नाव संदेश.''

''हे बघ बेटा संदेश, तुला माहिती आहे काय 'ग्रॅहम बेल' या शास्त्रज्ञानं टेलिफोनचा शोध लावला; परंतु त्यानं आपल्या कुटुंबीयांना कधीच फोन केला नाही. कारण, त्याची बायको आणि मुलगी बहिरी होती. आपल्या कुटुंबातले सदस्य बहिरे आहेत, हे माहिती असूनही त्यानं टेलिफोनचा शोध लावला. तो स्वत:पुरता मर्यादित न ठेवता त्यानं या संवादाच्या दुनियेत साऱ्यांना जोडून दिलं. नुसते सुरांना शब्द चिकटवले म्हणजे गाणं होत नाही; त्या गाण्यात भावना येऊ द्याव्या लागतात. बेटा, तुला बोलता येत नसलं तरी तू त्या भावना जाणतोस.''

पाहुण्यांनी संदेशच्या हातात त्यांचा मोबाईल दिला. त्यातली काही चित्रं त्यांनी त्याला दाखवली. तर्जनी अन् अंगठा एक करून गौतमाच्या मुद्रेत त्यानं खुणावून सांगितलं, 'किती सुंदर आहे हे चित्र!' संस्कारांपासून दूर होण्यासाठी बधिरतेची गरज नाही. कुठल्याही कलाकृतीत आपल्या काळजाची उलघाल प्रतिबिंबित व्हायला हवी अन् त्या जाणिवेची बांधिलकी जन्मोजन्मीच्या देण्याशी निगडित असायला हवी. प्रमुख पाहुण्यांनी त्यांच्या मोबाईलमध्ये संदेशचा फोटो काढला. तो संदेशला दाखवला. संदेश मोबाईल ऐकू शकत नसला, तरी चित्र-

फोटो बघू शकत होता.

सुख-दुःखाच्या उन्हापासून निरंतर बचाव केला, तर एखाद्या बाबीची चीड सलत असते. काही ठेचा, काही उपेक्षा, अवमान, पिळवणूक या साऱ्यांमधून हृदयाच्या अंतःकोषात जे प्रतिबिंब तयार होतं; ते शब्दांमधून पाझरतं, हे मान्य आहे. परंतु, आज ते मोबाईलमधील संदेशच्या फोटोमधून पाझरू लागलं. संदेशनं पाहुण्यांना आणखी एक फोटो काढण्याची विनंती केली. त्यानं एक पाय खालच्या पायरीवर अन् दुसरा पाय वरच्या पायरीवर ठेवून आकाशाकडे हात करत पोझ दिली; अन् त्याच्या ॲक्शनमधून त्यानं सांगून टाकलं, पायरीसारखे थांबून राहण्यापेक्षा त्या पायरीवरून पुढं गेलं तर त्या पायरीचाही जिना होतो— उंच जाऊन आकाश कवेत घेण्याच्या इच्छेचा जिना. मूक-बधिर संदेशनं मोबाईलच्या पलीकडला संदेश देऊन टाकला. शब्दावाचून कळले सारे...

***

प्रकाशाचा शोध घेणाऱ्या वाती

४३

पणत्यांमधील जळणाऱ्या दिव्यांचे स्वप्न डोळ्यांत स्थलांतरित करण्याचे दिवस दिवाळीचे असले; तरी जाणिवेचे, ज्ञानाचे अन् स्पर्शाचे दिवे मनाच्या राउळी उजळता आले, तर देहाचं मंदिर होतं. उजळणे आणि उजळविणे यातला फरक कळला की, जशी तुळशीजवळ जळणाऱ्या दिव्याची ऊब तिला आधार होते; तशी आपल्या देहमंदिरातल्या आत्मज्योतीची ऊब कुणाचा तरी आधार होऊ शकते, हेसुद्धा कळतं. गावाबाहेरचा उजेड राबत्या गुरांच्या पावलांनी गावात येतो, म्हणूनच 'वसुबारस' दिवाळीच्या सुरुवातीला येते.

गुरे चारून गावात आणणाऱ्या दीपूला दुकानातल्या आकाशदिव्यांचं अप्रूप होतं. प्रकाशाची दिशाभूल करण्यासाठी तर हे आकाशदिवे तर नसतील ना, असं त्याला उगाच वाटायचं. आपल्यासाठी इतरांसारखी दिवाळी का नसते? दर

वर्षी आपल्या मायेनं कोंड्याचा मांडा करूनच सण साजरा करायचा का? श्रीमंतांच्या घरासमोर फोडलेल्या फटाक्यांतल्या एखादा न फुललेला फटाका आपण वेचून आणून फोडतो, कानांवर घट्ट हात धरतो; अन् तोही फटाका फुसका निघावा— असं का व्हावं? आपलं नशीब फुसकं आहे म्हणून; की रानात राबणाऱ्या सोशिक गुरांना शहरात थाराच नसतो, म्हणून? उजेडाला पडणाऱ्या स्वप्नांचा शोध घेण्यासाठी एक-एक दिवा घराच्या छपरापासून तुळशीच्या कुंडीपर्यंत लावत नेणाऱ्यांचा दीपूला राग यायचा. पाच रुपयांत मायनं तेलाला दिलेली बाटली भरत नाही; अन् हे लोक दिव्यात तेल जाळतात कसे, हा प्रश्न त्याला पडत असे.

गुरं सोडून संध्याकाळी परत आलेला दीपू दोन्ही खांद्यांवर काठी अन् पाय दुमडलेले, अशा एकदम गुराखी स्टाईलनं मायला म्हणाला, ''आय, यंदा आपन दिवाई चांगली साजरी करू. मले एक ड्रेस आन् तुले एक साडी म्या घेणार हाय.''

''आरं, पन पोरा, पैसे कोठून आनसील?''

''तूच सांगनं वं आय एखादी तरकीब?''

''हे पाय दीपू, म्या तुले कापसाच्या वाती करून देते. त्या पाकिटात भर आन् ढोरं चारून आनल्यावर इक बाजारात दोन-दोन रुपाले.''

रोज संध्याकाळी स्वप्न विकत घेणाऱ्यांसमोर 'घेता का वाती' म्हणून दीपू उभा राहायचा. हातावर रगडून तयार केलेल्या वाती तेलाचं शोषण केल्याशिवाय पेटून उजेड देऊ शकत नाहीत; तसंच कर्माचं शोषण झाल्याशिवाय आयुष्य उजळू शकतच नाही. चकाकतं स्वप्न साकारण्यासाठी वातीची गरज भासते, हे दीपूला कोण समजावणार? शंभर-सव्वासेचा ड्रेस अन् दीडेकशे रुपयांची साडी आईसाठी घेऊन नव्या कपड्यांनी दीपूला दिवाळी साजरी करायची होती. तो रस्त्यावर येणाऱ्या-जाणाऱ्यांना विनवणी करायचा. मोठ्या दुकानात भाव न करणारे गिऱ्हाईक दोन रुपयांच्या वातीसाठी भाव करायचे. दीपूला वातीसारखं जळायचं नव्हतं; परंतु प्रकाशाचा दीपक मात्र व्हायचं होतं. म्हणूनच त्याच्या वयाच्या पोरांनी केलेल्या, हातात न मावणाऱ्या पिशव्यांमधली खरेदी पाहून त्याला हेवा मुळीच वाटत नव्हता. उजेडाची आरास मांडणाऱ्या बाजारात त्याचा चेहरा केविलवाणा दिसायचा.

श्रमप्रतिष्ठेनं मिळवलेल्या लक्ष्मीचं पूजन दोन दिवसांवर येऊन ठेपलं होतं. श्रमानं मिळवलेली लक्ष्मी ही धनलक्ष्मीच किंवा मनलक्ष्मीच असते. त्या

लक्ष्मीला सरस्वतीचं सान्निध्य आवडतं; आणि सरस्वती म्हटली की, परीक्षा ही घेणारच. दुबळ्या, असहाय आईला साडी घेण्यासाठी उत्सुक असलेल्या दीपूची देखील ती परीक्षाच घेत असावी. अमावास्येला असणाऱ्या लक्ष्मीपूजनाला काळोख घालवण्यासाठी दिवे उजळलेले असतात. ज्यांच्या घरी रोजच अमावास्या असते, त्यांनी स्वप्नाच्या चौरंगावर फक्त मनलक्ष्मीचीच पूजा करायची काय? वयाच्या बाराव्या वर्षी अभंग दीपोत्सव कुठला, हे कळणारी जाग दीपूला परिस्थिती आणून देते. कितीही अंधारलं तरी अवतीभोवती आनंद पेरणारे प्रकाशाचे हात असतात.

"मॅडम, वाती घ्या नं—" म्हणणाऱ्या दीपूकडे दुर्लक्ष करणाऱ्या मॅडमनं पुन्हा वळून पाहिलं. अरे, हा तर आपल्या शाळेत शिकणारा दीपू! "काय रे दीपू, वाती विकतोस?"

"हो मॅडम, आईला साडी घ्यायची आहे!"

हे उत्तर ऐकून मॅडम अवाक् झाल्या. दिवे आणि वाती विस्तवाने पेटवायच्या नसतात, त्या प्रेमाच्या पलित्यांनी उजळून टाकायच्या असतात, हे त्या उत्तरातून त्यांना कळलं होतं. मॅडमनं दीपूजवळच्या दीडशे पाकिटांतील वाती विकत घेतल्या आणि घराजवळच्या शेजाऱ्या-पाजाऱ्यांना त्या वाटून दिल्या. स्वत: जळावं आणि इतरांचं जीवन उजळावं, हे सांगण्याचा अधिकार वातींना नाही; कारण जळतं ते तेल. दीपू आणि मॅडम या दोघांच्याही हातात वाती दिसत असल्या, तरी त्यांची बोटं मात्र प्रकाशाची होती. दीपू खऱ्या अर्थाने दीपक ठरला; अन् मॅडम प्रकाश...!

***

सुना है, तेरे करम का कोई हिसाब नहीं

४४

कुठल्याही कर्मातील विलक्षण तल्लीनता जेव्हा अनुभवास येते, तेव्हा व्यवहारापलीकडचं सुंदर जग दिसू लागतं. सुंदर घडविताना किंवा परोत्कर्ष करताना तो करणाऱ्याला स्वत:च्या हृदयाचं अनमोल वाद्य करावं लागतं— हृदय झंकारत ठेवणारं एक प्रकारचं मधुर वाद्य. मग त्या हृदयात नाद घुमू लागतो. अस्तित्वच तालबद्ध, लयबद्ध होतं; तेव्हा परमेश्वराचा प्रदेश सुरू होतो. अशा परमेश्वराच्या प्रदेशात वावरणारी माणसं सूर्याच्या पायघड्या होतात अन् ती सूर्यासारखी कार्यमग्न असतात. त्यांच्यासाठी रात्रदेखील कठीण नसते. कारण, इतरांसाठी धावून जाण्याकरता ते चांदण्यांमधूनही पाझरतात. नकाशात न सापडणारा परमेश्वराचा प्रदेश तसा फार जवळचा. परंतु, फार जवळ असल्यामुळेच न सापडणारा. ज्यांना तो सापडतो, ते दूत म्हणून वावरतात— माणसांचे दूत.

असे दूत बरेच आहेत. त्यांत पुसदचा सय्यद कुर्शीद अली हा आयुष्याला वेगळा मजकूर देणारा माणूस सेवाभावी वृत्तीनं अनेकांची सेवा करतो. आपल्या उपजीविकेच्या वा जीविकेच्या वाटा तारुण्याच्या वसंतकाली जरी ठरत असल्या, तरी परिस्थिती कधी कधी त्याचे अंकुर बालपणीच खुडून टाकते. घरच्या हलाखीच्या परिस्थितीनं सय्यद कुर्शीदला शाळा-शाळांमधून किंवा रस्त्यावरून पेन विकावे लागले. जागतिक व्यापारीकरणामुळे त्याचा पेन विकण्याचा धंदा बंद पडला. पेन विकताना अंत:करणाला किती 'पेन' होतं, हे तो जाणत होता. कधी पुसदच्या बसस्टँडजवळ फुलांचं दुकान लावून, तर कधी भाजीचं दुकान लावून उपजीविका साधायची आणि दिवस पुढे ढकलायचे.

परिस्थितीनं मॅट्रिकपर्यंतच शिक्षण झालेल्या सय्यद कुर्शीदच्या मनात मात्र समाजाप्रति सेवाभाव खदखदत असायचा. त्यानं आईकडून थोडं हकीमाचं शिक्षण घेतलं, आयुर्वेदाची पुस्तकं वाचून काढली अन् मग तो गरिबांचा दूत झाला. अपार कष्टानं आयुष्याचे विणकाम करणारे त्याचे हात इतरांचे आयुष्य विणू लागले. त्याच्या हाताला यश येऊ लागले. 'गरिबी की गुर्बत (दारिद्र्य) और लाचारी बेहद बुरी होती है। मगर जो ख्वाब खुदाने—अल्लातालाने दिखाया वो मसीहा बनने के लिए ही होगा।' असं असल्यामुळेच कदाचित सय्यद कुर्शीदच्या हाताला यश येत गेलं.

अंबाळीचा राहणारा आश्विन हा आदिवासी मुलगा. शेतात ऊस तोडताना उसाच्या पेराची छिलकी त्याच्या डोळ्यात गेली. सारे डॉक्टरी इलाज केले. शेळ्या विकून घराच्या छतावर टाकायला आणलेले पत्रे विकून डोळ्यावर इलाज केला. परंतु, त्याच्या डोळ्यातून गळणारं पाणी थांबतच नव्हतं. डोळा बारीक होऊन गेला होता. आश्विन तब्बल दीड वर्षानंतर सय्यद कुर्शीदकडे आला. सय्यदनं दिलेल्या औषधामुळे त्याच्या डोळ्यातून बोटभर चुरा तर बाहेर पडलाच; पण त्याचं दुखणंही थांबलं. शिवाय, सय्यदनं नेत्रतपासणीच्या कॅम्पमध्ये त्याला नेऊन अमेरिकन डॉक्टरकडून त्याची तपासणीसुद्धा करून घेण्याचे ठरविले. कावीळ झालेल्या इमरान पठाण नावाच्या व्यक्तीला अंगावर सापासारखी कात तयार झाली होती. त्याचे लीव्हर खराब होऊन गेले होते. सय्यदच्या औषधांमुळे आज तो ठणठणीत आहेच; शिवाय रोडसाईडला सीडीचं दुकान लावून सीडीज विकतो.

अनुभवाच्या शाळेत परिपक्व होत गेलेलं सय्यद कुर्शीदचं यश माणसाच्या सेवेसाठी समृद्ध होत गेलं. सय्यद कुर्शीद प्रत्येकाची मदत इतक्या आत्मीयतेनं

सुना है, तेरे करम का कोई हिसाब नहीं / १४१

करतात की, प्रत्येकाला वाटतं, ‘हे प्रेम फक्त आपल्याच वाट्याला आलंय, बरं का!’ अशा जिव्हाळ्यातली अनमोल किंमत सय्यद कुर्शीदला समाधानानं मिळते. कुणी हार्ट पेशंट असेल, कुणी किडनीच्या विकारानं आजारी असेल; सय्यद त्यांना स्वखर्चानं किंवा कमी खर्चानं मोठमोठ्या इस्पितळात सेवा उपलब्ध करून देतात. अपत्य न होणाऱ्या बऱ्याच दांपत्यांना सय्यदच्या औषधानं अपत्यं झालीत. त्यांतील जन्माला आलेल्या सतरा मुलींचं नाव गायत्री ठेवलं.

सय्यदना यासंदर्भात विचारलं, तर ते म्हणतात, “हिंदू धर्मात गायत्री यज्ञ हा महत्त्वाचा आहे. मीसुद्धा एक प्रकारच्या यज्ञकर्माचं काम करतो. कर्माची आहुती त्यात टाकतो आणि म्हणूनच जन्माला आलेल्या मुलींच्या आईंना गायत्री हेच नाव ठेवायला भाग पाडलं.” जीवनानं शिकवलेल्या धड्यातून हाती आलेलं मर्म जाणलं की धर्म कोणताही असो; माणुसकीचं बोट धरून अंतरंगांचे गंध-पुष्प मनानं मोठ्या असणाऱ्या नबाबापुढे नजराणा म्हणून झुकणारच. सय्यद कुर्शीदला कुणी म्हटलं की, “भैया, आप बहोत बडा कार्य कर रहे हो,” तेव्हा ते म्हणतात...

“ऐ खुदा, छोटे छोटे करम को गिनकर
क्यों अपने दिल को छोटा करू?
सुना है, तेरे करम का कोई हिसाब नहीं!”

***

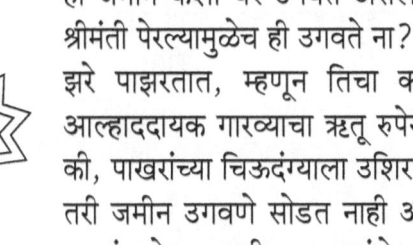

नवथर तुळस, बेजार मंजिरी

४५

जमिनीची साद आतून आली की, आभाळाला जमिनीकडे वळावेच लागते. कारल्याचा कडू वेल, मिरचीची तिखट झाडे, गोड उसाचे मळे, साऱ्यांना समृद्ध करणारे अन्नधान्य— ही जमीन कशी बरे उगवत असेल? पंच संवेदनांची अजोड श्रीमंती पेरल्यामुळेच ही उगवते ना? तिच्या अंतरातून उत्साहाचे झरे पाझरतात, म्हणून तिचा कातळही हिरवागार होतो. आल्हाददायक गारव्याचा ऋतू रुपेरी धुक्यातून बहरू लागला की, पाखरांच्या चिऊदंग्याला उशिरा जाग येते. हे जरी असले, तरी जमीन उगवणे सोडत नाही अन् पाखरे अंधार पडेपर्यंत राबणं सोडत नाहीत. पाखरांचे बरे असते. त्यांना अंधार पडेपर्यंतच राबावे लागते. माणसांना मात्र अंधारही राबतच काढावा लागतो. आपल्या संस्कृती आभाळ गोंदवून घेण्यासाठीच आहेत, असे वाटत असले; तरी सणासुदीला काही जीवांना

आयुष्य गोंदवूनच इतरांच्या आयुष्यात अंतरपाट धरता येतो. संसाराच्या पायवाटेवरून भूतकाळ शोधताना आपल्या आयुष्याची तुळस कृष्ण-कृष्ण कशी झाली होती, हे आठवताना तुळशीचे लग्नदेखील आठवून जाते.

काकडत्या कार्तिकातल्या शेवटी मत्त मंजिऱ्या सारं काही मूकपणे जगाला सांगतात की, अंगणातली तुळस विवाहयोग्य झाली आहे. वाऱ्याच्या हाती सापडलेल्या बासरीच्या तानांनी ती वेडावते. राधाबाधा तिलाही होते. तुलसी विवाहाच्या दिवशी उजळलेली, पण भूल पाडणारी ती सावळी सांज श्यामरंगात न्हाऊन निघते. तिच्या पदरासोबत खेळणारा अवखळ वारा स्वप्नांच्या खाणाखुणा सांगत सैरभैर होतो. मग तुळस आणि कृष्णाचं सांकेतिक लग्न थंडी वाढण्याआधी लावावंच लागतं. उगवणं आणि उजवणं हे त्यातून सिद्ध होतं. ऋतूंनी काही उगवू दिलं नाही तरी पाठी-पोटी जे उगवलं आहे, ते उजवावंच लागतं.

या तुळशीच्या लग्नाच्या निमित्तानं चार बोरं, चिंचा, आवळे, कृष्णाचा रंगवलेला दोन रंगांतला कागद, तुळशीसाठी छोटसे मंगळसूत्र, आरशाच्या तुकड्याचा बिल्लोर, छोट्या-छोट्या बांगड्या असा तिच्या सौभाग्याचा सारा थाट दुकानात मांडला जातो; सोबतीला असतो उसांचा मांडव.

असा सारा संसाराचा साज विकणाऱ्या मंजिरीकडे मात्र कुणी गिऱ्हाईक येत नव्हते. तिने आणलेले मळ्यातले ऊसही तसे मोठेच होते, म्हणून तिने किंमत थोडी जास्त ठेवली होती. चार दिवसांपासून जंगलातून आणलेली कच्ची बोरं, चिंचा, आवळे गोळा करून आणताना पायांना बोचलेल्या काट्यांची तमा न बाळगता तिने या दुकानाची आरास मांडली होती. तुळशीसाठी तयार केलेल्या मंगळसूत्रात एक-एक काळा मणी ओवताना स्वत:च्या स्वप्नांचे मणीदेखील ती ओवत होती. तुळशीच्या लग्नाचं साहित्य विकण्याची सवय तिला बालपणापासूनच होती. गरिबांची तुळस ही तुळसच असते अन् श्रीमंतांच्या तुळशीची देवी होते. का? असा प्रश्न तिला पडायचा. मातीनं भरभरून दिलेलं हे चारा-बोरांचं दान मातीतून निघालेल्या तुळशीला का देत असावेत? लाह्या, बत्तासे विकून पोत्याने अंथरलेल्या गल्ल्यात दोन-दोन रुपये टाकताना आपल्या बापानंही तुळशीचं लग्न लावावं; जेणेकरून आपलेही हात पिवळे होतील, असं तिला वाटायचं. पण, झेंडूच्या रानात हळद पेरता येणार नाही, असा विचार करीत ती स्वत:च्या लग्नाचा विचार झटकून टाकायची.

सुगीची अन् सुखाची सूज अशीच उतरत असावी का? काळ्या मण्यांचे मंगळसूत्र विकून बापाने केलेले कर्ज फेडता येणार नाही. मायचं सोन्याचं डोरलं

त्याने कधीचंच विकलं होतं. आज तुळशीच्या लग्नाच्या निमित्तानं काळ्या मण्यांची पोत विकून घरातली चूल पेटती ठेवायची, एवढंच. मंजिरी स्वत:ला समजावयाची— तुळशीचं लग्न लावूनही ती तुळस माहेरीच राहते. ती सासरी कुठे जाते? तिचे लग्न लावणाऱ्यांच्या डोळ्यांत पाणी कुठे येते— असे म्हणताना मंजिरीने स्वत:च्या डोळ्यांना पदर लावला.

तेवढ्यात आलेल्या गिऱ्हाइकाने विचारले, ‘‘काय गं, केवढ्याचं पूजेचं सामान?’’

‘‘साहेब, पंधरा रुपयांचे सामान अन् वीस रुपयांची उसाची झोपडी. साहेब घ्या नं.’’

‘‘बरोबर— बरोबर सांग.’’

‘‘साहेब, असे करा, पाच रुपये कमी द्या.’’

पंधरा रुपयांत कृष्ण विकणाऱ्या मंजिरीला कृष्णाची किंमत पाच रुपयांनी कमी करावी लागते. हा खेळ कृष्ण-तुळशीचा असला तरी, खेळ मात्र अश्रूंचा असतो. मंजिरीला या खेळाची सवय झाली होती. तिला माहिती होते की, या तुळशीनं सासरच्या अन् माहेरच्या वाटेवर अश्रूंचे बांध घालून ठेवले आहेत. म्हणूनच ही तुळस ‘मै तुलसी तेरे आंगन की’ म्हणत माहेरच्याच अंगणात सासरचं स्वप्न अनुभवून घेत असावी. निसर्गाने भरभरून दिलेले दान नैवेद्य म्हणून तुळशीसमोर (निसर्गासमोर) ठेवायची आपली संस्कृती आहे. हे सत्य असले, तरी अंगणातली तुळस दिसते; माजघरातल्या मंजिरीचे काय?

***

भ्रष्टाचारी जळू

४६

देश नावाचं घर सुव्यवस्थित ठेवणारी माणसं आदर्श घोटाळे करत या घरात भ्रष्टाचाराचे जाळे विणत चालले. कुठल्याही झाडणीने न निघणारे, कातरणीच्या जाळ्यापेक्षाही अजब जाळे! देशाच्या स्वयंपाकखोलीत हव्यासाचे रांजण भरून ठेवलेत की काय? कारण, यांची हव्यासाची प्यास न बुझणारीच असते.

हव्यासाचं पाणी भरण्याच्या नादात सामान्य माणूस तहानेनं व्याकूळ होऊन मरतो, हे यांना कधी कळायचं? आर्थिक गरिबीतून बाहेर येणं शक्य आहे; पण लोभाच्या 'ऐश्वर्याचं' दारिद्र्य माणसाला शांती लाभूच देणार नाही. हिंस्र प्राण्यांनाही पोट भरल्यावर थांबण्याचे संकेत मिळतात. परंतु, या गिधाडांचं पोट कधी भरणार? सुखात तीळभरही कमतरता न ठेवणाऱ्या नेत्यांच्या सौख्य यंत्रणा त्यांच्या घरापासून ते

विदेशातल्या त्यांच्या बँक खात्यांपर्यंत कशा काय तयार असतात? सत्ता हातात आली की, देशाचं घर वाळूत बांधणारी ही घुबडं त्या वाळूतही एखादा परीस सापडेल, म्हणून दगड वेचत सुटतात. सुख-दुःखाच्या रियाजाची चिवट तयार करणारी मनं यांच्यात कुठं बरं असणार?

साधनालाच साध्य मानणारं हे भ्रष्टाचाराचं वादळ प्रत्येकच क्षेत्रात घोंघावतंय. जीवन नश्वर मानणारी ही भावविवश नेत्यांची पिढी कठोर वास्तवाची जाणीव करून घ्यायला तयार नाही. व्यावसायिक तरबेज मेंदूनं श्रीमंत बनलेली ही भ्रष्ट नेत्यांची, भ्रष्ट अधिकाऱ्यांची पिढी वाळवीची समस्या होऊन देश नावाच्या घरात वाढते; अन् देशाला पार-पार पोखरून टाकते आहे. केवळ आर्थिक तरतुदीनं काळ्या पैशाच्या पायावाटांनी सुरक्षित राहण्याचं स्वप्न ही भ्रष्ट मंडळी उघड्या डोळ्यांनी बघत आहेत. नीतिमूल्यं हरवलेल्या भ्रष्टाचाऱ्यांनी दडपलेल्या काळ्या पैशाला बाहेर काढले, तर देश श्रीमंत नाही का होणार? वातानुकूलित डॉलरबाज महत्त्वाकांक्षेत राजकारण करायचं अन् केवळ स्पर्धेत टिकून राहण्याच्या कासाविशीत ओक्साबोक्शी रक्ताळलेलं तरलपण जपायचं— हेच काय या भ्रष्टचारी जळवांनी समाजकारण करायचं? सर्व समस्यांचं उत्तर फक्त पैसाच आहे, ही विषारी जाणीव पेरून विषारी पिकांची शेती यशस्वी करण्यात या भ्रष्टाचाऱ्यांना यश कसं काय मिळतं? कायद्याचे रखवालदार ओरखडे उमटवतात; तथाकथित शिक्षणसम्राट म्हणवणारे शिक्षणाचा बाजार करतात; सत्ता अन् पैसा हातात आला की, दादागिरी सुचते नालायकांना. एकदा निवडून आले की, समाजाशी घेणं-देणं नसल्यासारखी जगतात.

सामान्यांचा पैसा वापरून स्वतःचं घर फुगवणाऱ्यांनो, आता जरा थांबा. देशातल्या बँकांमधली पासबुकं कमी पडतात म्हणून विदेशातल्या बँकांमधील पासबुकं फुगवणाऱ्यांनो, आता जरा थांबा. आमच्या शेतकऱ्यांनी आत्महत्या केल्यानंतर 'सांत्वननिधी' देण्यापेक्षा त्यानं आत्महत्या करण्यापूर्वी तुमच्याच जमवलेल्या अफाट पैशातून 'नुकसानभरपाई' देऊ शकाल. तुमच्याकरता करोडोनं पैसा सेव्ह करणं सोपं आहे; परंतु आत्मीयतेच्या स्पंदनांतून सर्वसामान्यांचं जगणं तर सेव्ह करा. श्रमिक-उपेक्षितांचा एक-एक पैसा देश उभारणीसाठी आहे, अशी आमची भावना आहे. त्या भावनेची करुणा तुमच्या मनात कधी जागृत होईल? सत्तेच्या वैभवाने अलगद निर्माण होणारी असूया, मिळालेली प्रसिद्धी, कौटुंबिक यश या साऱ्या वैयक्तिक संदर्भांचे हेलकावे एकदा बाजूला ठेवून बघा अन् शोधा जिव्हाळा दिसतो का कुठे? तो जर सापडत नसेल, तर अब्जावधींचे घोटाळे

करणाऱ्यांनो, आमची बेरोजगार असणारी पिढी तुमच्या चड्ड्या काढून भर रस्त्यात नग्न करून झोडपायला मागे-पुढे पाहणार नाही. आमच्या अवमानाचा चटका तुमच्या तिजोऱ्या पेटवील. घोटाळे करायचे आणि राजीनामे द्यायचे किंवा घोटाळे करायचे आणि सस्पेंड व्हायचं, ही काही शिक्षा नव्हे. या हिंदमातेच्या घराला समृद्ध करायचं असेल, तर तिचे चरण प्रक्षालन करून आपल्या डोळ्यांतून एकदा तरी करुणा ओघळू द्या; नाही तर ती सतत म्हणत राहील...

''जख्म एक नहीं दो नहीं,
सारा जिस्म है जख्म
दर्द बेचारा परेशान है
की कहाँ से उठूँ।''

***

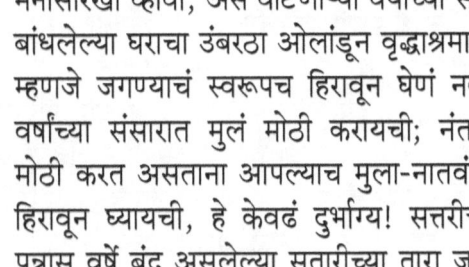

डोळ्यांतून वाहणारे वात्सल्याचे अश्रू!

४७

कर्तव्य करण्यात हरवून गेलेल्या अनेक आयुष्यांचा सूर धावते घर नाही जाणत नाही. कुठलीही स्पर्धा जिंकण्याचं वय नसताना; परंतु मनात धूळ खात पडलेली एखादी गोष्ट मनासारखी व्हावी, असं वाटणाऱ्या वयाच्या संध्याकाळी स्वत: बांधलेल्या घराचा उंबरठा ओलांडून वृद्धाश्रमात जावं लागणं, म्हणजे जगण्याचं स्वरूपच हिरावून घेणं नव्हे का? पन्नास वर्षांच्या संसारात मुलं मोठी करायची; नंतर मुलांची मुलं मोठी करत असताना आपल्याच मुला-नातवंडांनी जीवनेच्छा हिरावून घ्यायची, हे केवढं दुर्भाग्य! सत्तरीच्या अत्तरकुपीत पन्नास वर्षे बंद असलेल्या सतारीच्या तारा जुळवत असताना आपल्याच मुलाबाळांनी त्या तोडून टाकायच्या, म्हणजे साठीनंतर तारुण्य हिरावून घेणं नव्हे का? घरातल्या वृद्धांच्या चेहऱ्यावरचा वसंत शिशिराला लाजवत असताना घरातल्याच उन्हाळाने

त्यांना चटके खाण्याकरिता घराबाहेर का काढावं? संघर्ष न उरल्यानं वैफल्यग्रस्त झालेली नवी पिढी पाहणं, हे जात्या पिढीचं मूक दुःख असलं; तरी संघर्षाचा दिवा तेवत ठेवणं, हे कुणाचं कर्तव्य? मातीचा गंध उसवीत निसर्गाचं माहेर काळजात रुजवणाऱ्या माय-बापांना वृद्धाश्रमात पाठवताना त्यांच्या लेकरांना लाज कशी वाटत नाही? जीवन नावाचं अपूर्व दान ज्या माय-बापांनी पदरात टाकलं, त्या माय-बापांच्या आयुष्याच्या संध्याकाळी त्यांच्या संवेदना जाणून घेणं, हे समृद्ध अभिरुचीचं लक्षण आहे. पावलोपावली सोबत करता-करता आपल्याला नवं आकाश खुलं करून देणारे माय-बाप वृद्धाश्रमाच्या चौकटीत दर क्षणी डोळे नव्यानं भरून आणतात. वृद्धाश्रमाच्या भिंती त्यांचे अश्रू पुसता-पुसता करुणा वाहतात; परंतु पैशाच्या मागे धावणारे त्यांचे पोट्टे घराच्या भिंती वाढवण्याच्या नादात आपण कधी तरी वृद्ध होणार आहोत, हेच विसरून जातात.

वृद्धाश्रमात राहणारे आजोबा म्हणाले, "बेटा, मदाऱ्याच्या डमरूच्या तालावर नाचणारं बंदर म्हातारं झालं तरी कोलांटउड्या खाणं सोडून देत नाही. आता मी त्या बंदरासारखा म्हातारा झालो आहे. मलाही लिखाणाची आवड होती. लिहीत असतो अधेमधे मराठी अन् इंग्रजी एकत्र करून मिंग्लिश; पण खरं सांगू बेटा, त्या वरच्या मदाऱ्यानं डमरू वाजवणं बंद करावं. आता त्यानं या बंदराची वैकुंठात रवानगी करावी." बोलता-बोलता आजोबांच्या डोळ्यांत पाणी आलं. पुन्हा ते म्हणाले, "अरे, मी भोसलेंचा मामा! सारा गाव मला मामा म्हणायचा. पण माझ्या वृद्धापकाळाने एकाही भाच्याला माझ्या अस्तित्वाची जाणीवच नाही झाली." असं म्हणत आजोबा पाठमोरे होऊन निघून गेले. एक लाट काही थेंबांनीच थोडीशी परीचित झाली. अवघा समूह तर पुढेच होता.

एक आजी म्हणाल्या, "बेटा, मी शिक्षिका होते. निवृत्त होईपर्यंत मुलाजवळ राहायची. माझा मुलगा खूप चांगला आहे. तीन-चार महिन्यांतून एकदा फोन करतो. मी त्याचा फोटो दाखवू का तुला? अगदी राजबिंडा आहे होऽऽ", असे म्हणत त्या आजींनी लोखंडी पेटीतून त्यांच्या लुगड्याच्या घडीत जपून ठेवलेला फोटो दाखविला. त्यांच्या या मुलानं वृद्धाश्रमाच्या संस्थापकांना केलेला फोन आईंना माहीतच नव्हता. त्या मुलानं संस्थापकांना सांगून टाकलं होतं, "आई मरण पावली तर तिचे क्रियाकर्म तुम्हीच आटपून घ्याल. लागणारा सगळा पैसा मी चुकता करेन." असं म्हणणाऱ्या त्या नालायक मुलाची जीभ का नाही झडली? पद-प्रतिष्ठा, पैसा एवढं गाठोडं म्हणजे ब्रह्मांड मानणारे हे करंटे

बायकोच्या भुवईच्या तालावर नाचून माय-बापांना वृद्धाश्रमात ठेवतात. हरामखोरांना मायच्या विरहाचे, डोळ्यांतून वात्सल्याचे वाहणारे कढदेखील का दिसत नाहीत?

आजकालच्या पोट्ट्यांना घरातले म्हातारे म्हणजे 'डस्टबीन' वाटतात. प्रेम, वात्सल्याच्या रेघोट्या ओरबाडणारे दृश्य घरातल्या काचेच्या पडद्यावर पाहतात अन् जिव्हाळ्याला खलबत्त्यात टाकून ठेचून टाकतात. तळपायातून भिरकत मस्तकापर्यंत भिनत जाणारी चीड अशा वेळेस म्हणते, 'अशांच्या थोबाडीत का नाही देत?' नात्याचा तरल पदर त्यांच्या डोळ्यांच्या भिंगातून तपासतात. लमडीचे नालायक. नेहमी आपले प्रश्न दुसऱ्याच्या डोक्यानं सोडवायची सवय असल्यावर हे होपलेस लोक माय-बापांना वृद्धाश्रमात सोडून देणार नाहीत तर काय...? वृद्धाश्रमातल्या प्रत्येक वृद्धाची लीनता विराटाच्या जाणिवेतून येते. ते शांतपणे एकाकी ताऱ्याच्या ध्यासाने आपली साधना करीत असतात.

एक आजी पुन्हा समोर आल्या अन् म्हणाल्या, "बेटा, आपल्याच लाडक्या पिल्लासाठी केव्हा तरी ऊन-पावसाची साद झेलणारे गरुड थकले म्हणून काय झालं; पण ते हवे आहेत असं सांगणारे अन् कडू-गोड, चांगले-वाईट यांची गुंफण घालणारे कोचिंग क्लास नाही का रे उघडता येणार? बघ जमेल तर! देहाच्या आजाराचा गुंता औषधानं सुटेल रे; पण मनाचा गुंता...?"

***

तरुणाईच्या पावलांचे तळवे हळवे होतील काय?

४८

मनाचे अवकाश रिते ठेवून पोट भरण्याची सोय तर प्रत्येकाची होतेच; पण निव्वळ पोट भरणं म्हणजे आयुष्याचा रांजण भरणं नव्हे. एका वर्गातून दुसऱ्या वर्गात गेलेलं बालपण स्पर्धात्मक जगात नाइलाजानं वावरतं. पुढे न झंकारताच तारुण्य प्रौढ होतं. नंतर भविष्याची सोय म्हणून पासबुकाचे रकाने बँकेच्या बॅलन्सनं भरायचे. मग विव्हळ झालेल्या म्हातारपणानं बेल वाजवली की, खडखडून जागं व्हायचं— हेच काय जीवन? आयुष्यातील रित्या जागा अंकुरत्या करणाऱ्या बिया पेरण्याच्या काळात पेरल्याच नाहीत; तर संगीताचं, चित्राचं, कवितेचं, लेखाचं, संभाषणाचं, वक्तृत्वाचं झाड उगवेलच कसं? आयुष्याशी झगडत असलेली विचारांची शेकोटी, उत्तररात्री दव ओथंबू लागलं की, हळुवार विझत जाते. पेटवून ऊब घेणारे अशा वेळी आपल्या उबदार घरात

लेकरांसह सुखासीन असल्याचा आव आणतात. काळजी घेणारे हात सोबतीला असले, तरच विचारांच्या शेकोटीतली धगधग कायम राहू शकते. घरातल्या निखाऱ्यांनीही आदबशीर अन् सुसंस्कृत असायला नको का? नाही तर एखादी ठिणगीदेखील घर पेटवून देते. घरातल्या तरुणाईच्या हातात बाईकची किंवा स्कूटीची चावी देताना जीवनातील आर्त जाणणारी संवेदनांची चावी देता आली तर... त्यांची रोजची संध्याकाळ संवेदनाशून्य होणार नाही.

विद्यार्थिदशेतल्या मुलीनं मुलाच्या कमरेला विळखा घालून बाईकवर घालवलेली संध्याकाळ किंवा घोळक्या-घोळक्यानं एकत्रितरीत्या असभ्य वर्तनात घालवलेली संध्याकाळ, अशा नको त्या अवस्थेत नीतिमूल्यं हरवलेल्या दृश्यांनी संध्याकाळ लोटत असेल; तर यांच्या आयुष्याच्या संध्याकाळचं भाकीत काय? एड्सदिनाच्या निमित्तानं सांगण्यात आलेल्या अनेक सत्यांशांना ऐकताना कान झाकण्यापलीकडे पर्याय नव्हता. दहावी-बारावीच्या परीक्षा कालावधीमध्ये वेश्याव्यवसाय मंदावतो, हे त्या वक्त्याचं वक्तव्य घृणीत असलं तरी ते सत्य आहे, असं सर्वेक्षणात आढळल्याचं त्यांनी सांगितलं. दप्तरात सापडणाऱ्या चिठ्ठ्या किंवा खिशात असणाऱ्या गुटख्याच्या पुड्यांमध्ये जीवनाच्या समृद्धीचं ईप्सित दडलेलं नसतं, हे त्यांना कसं समजणार? शिकवणीवर्गामुळे सातच्या आत घरातची व्याख्या बदलली असली; तरी आनंदाचा सूर देणारं वैभव, शाळा-कॉलेज संपल्यानंतरच्या संध्याकाळच्या दोन तासांतच दडलेलं असतं.

पुस्तकात नसलेला तो आनंद म्हणजे फुलाची ती एक पाकळी आहे. एकाच पाकळीला फूल समजून बसलात, तर भविष्यातल्या गंधकोषाजवळ जाताच येणार नाही. आम्हाला रागवायचं नाही, आमच्यावर चिडायचं नाही, मारायचं तर नाहीच नाही; परीक्षा कालावधीमध्ये कॉपी पकडल्यानंतर खिसे तपासल्यावर खिशामध्ये निरोधचं पाकीट सापडलं तरी बोलायचं नाही? रागवायचं नाही? मुलींच्या पर्स असोत की मुलांचे खिसे; असलं काही सापडलं, तर नीतिमूल्यांच मापन कसं करायचं? खरं तर चाबकांचे फटके ढुंगणावर मारायला पाहिजे लेकांच्या. थोडंसं रागावलं तर माय-बाप भांडायला येतात. न उगवण्याची इच्छाच नसलेल्या मातीत बिया पेरल्यानंतरची पोकळी तेव्हा जाणवते. जन्मण्यापूर्वीपासून आईच्या पायानं धावणारी बाळं मोठी झाली की नीतीचा मार्ग सोडून धावतात. कधी तरी स्वत:साठी स्वल्पविराम घ्यावा. आदर संपला, सन्मान संपला; प्रेम काय, तर 'आय लव्ह यू'पुरतं मर्यादित. जिव्हाळा गहाण ठेवला. आत्मीयता समजत नाही. घरातले नाते वेळकाढूपणाचे. घड्याळाच्या

तालावर सारं काही उरकायची सवय असणाऱ्यांनी एकदा हृदयाच्या ओलाव्यात विवेकाला भिजवावं.

जीवनातलं संजीवन योग्य वयात जाणवलं, तर फुलण्यासाठी आकाशाचं निमंत्रण मिळतं. मान्य आहे की, पुढच्या पिढीचे प्रश्न मानसिक तणावाचे, गोंधळाचे असणार आहेत. परंतु, जीवनाचं संजीवन श्वासात आणि नसानसांत भिनवता आलं की जीवन सुगंधी होतं; मग ते रुसत नाही. जीवनाची नजर चुकवून संजीवन हळूच बाहेर येतं. त्यासाठी सत्याच्या पायवाटेवरून चालताना पावलांचे तळवेही हळवे व्हावेत.

***

आत्यंतिक अनुकूलतेचे नवे भोवरे

४१

आयुष्यातल्या वादळवाऱ्यांत ठामपणे उभं राहण्याचं बळ निर्माण करण्याचं सामर्थ्य स्वत:च्या नसानसांत घुमणाऱ्या आत्मविश्वासानंच येऊ शकतं; गाइड, क्लासेस, नोट्स यांतून ते मिळत नाही. 'पास' होऊन डिग्री मिरवणं, हा काही पराक्रम राहिलेला नाही. वयाच्या ऊर्जेनं झाकलेले प्रश्न तारुण्य उलगडत नाही; परंतु ही ऊर्जा संपल्याबरोबर प्रश्न संपतील, असंही होत नाही. आस्वादाची कलाच अवगत झाली नाही की, प्राणपणानं जीवनरस ओतून निर्माण केलेलं सौंदर्य ओरबडून कसं टाकता येईल, एवढाच ध्यास असतो. पर्सेंटेजच्या शर्यतीत गुणवत्तायादीत आपला रोल नंबर झळकवला, पण आयुष्याच्या रणधुमाळीत आपल्यातलाच एक तरल माणूस आपण तन्मयतेनं घडवला का? स्वत: आनंद घेण्याची कुवत नसलेली, सभ्य दिसणारी; परंतु उगाच आक्रमक होणारी माणसं बालपणीच

कच्ची राहिलेली दिसतात. पानापानांतून हसण्याआधी झाडांना पानगळ सोसावीच लागते ना? आपल्याला काय गाळता येतं घामाशिवाय? मोहाचे पिंजरे टाळून पाखरांना उडणं जमतं ना? आपल्याला काय जमतं मोहाच्या जाळ्यात अडकण्याशिवाय? आपल्या विश्वाचं अंगण निवडून त्याला कुंपण घातलं की, झालं का जगणं? त्या कुंपणापलीकडलं जग बघायचं स्वप्न जरी आपल्या घरातून बघितलं की, आपल्या जाणिवा काहीशा रुंद झाल्याचा आभास जरूर होतो.

शाळेच्या कुंपणापर्यंत किंवा बसच्या थांब्यापर्यंत मुलांना सोडल्यानंतर प्रत्येक मुलाची आई वेगळ्या विषयात रंगून जाते. आपला मुलगा अभ्यास करत नाही, म्हणून भिंतीवर डोकं आपटणारी आई तिथे सापडते; तर कधी मला सगळ्यांसमोर 'मम्मी' सोडून 'आई' का म्हटलंस म्हणून मुलीच्या थोबाडीत मारणारी आईसुद्धा भेटते. शाळेच्या नियमांना शिव्या घालणारे माय-बाप शाळेसभोवताली क्षणभर गोळा होऊन आपापल्या पाल्यांना सोडून निघून जातात; परंतु आपल्या उमलत्या पिढीला भिंतीवर डोकं आपट किंवा स्वत:चं 'मॉड' प्रदर्शन करण्याकरिता 'मम्मी' म्हणणं शिकवणार आहे की काय?

क्रॉकरीच्या प्रदर्शनात पोराला घेऊन गेलेला बाप त्याच्या पोराला सभ्यतेनं वाग म्हणून सांगणाऱ्या प्रदर्शनातल्या मॅनेजरला दाटतो— "खेलने दो उसे, जैसा भी खेले!" मुलाच्या हातानं सोन्याचं वर्क केलेली क्रॉकरीची काही भांडी फुटतात; तरीही हा बाप मुलाला न रागवता खिशातून कोरा चेक काढून मॅनेजरच्या हातात ठेवतो अन् म्हणतो, "बेटा, फोड तेरे को जितना क्रॉकरीज फोडना है उतनी फोड." इकडे तोच बाप मॅनेजरला म्हणतो, "अब जितनी रकम चाहे उतनी उस चेक में भर लेना." पैशाचा आलेला हा माज त्या बालमनावर काय बिंबवेल? आपण सहज फाडून दिलेल्या चेकनं मुलाचं आयुष्य कॅश होणार नाही, हे त्या बापाला कधी कळणार? याच मुलानं बापाच्या स्वप्नांचा चुराडा क्रॉकरीसारखा केला, तर दोषी कोण ठरेल?

या वास्तव घटना बघितल्यावर वाटतं, कर्तव्यशून्य श्रीमंती हृदयापर्यंत बांधिलकीचे स्वनिर्मित नियमसुद्धा धाब्यावर बसवते की काय? जिथं खऱ्या अर्थानं मन संपन्न होण्याचं वय असतं, त्याच वयात पालकांनी उपद्रव करून संवेदन जागं करण्याऐवजी मारून टाकायचं? कोवळ्या वयातल्या मुलांची चिंतन ऊर्जा आपल्या अशा वागण्यात खर्च करायला लावायची का? मातीनं बीजाला पांघरूण घालून ते तरारून फुलून येईपर्यंत वाढवणारी आपली संस्कृती अतिखत टाकून ते बीज जाळायला सांगत नाही. टीव्हीवरचे नको असलेले

चॅनेल्स माय-लेक एकाच वेळी बसून बघत असतील, तर मुलाभोवती निर्माण केलेले स्वप्नील सुखांचे राजवाडे टीव्हीसारख्या जडणाऱ्या दुर्धर व्याधीच्या दर्शनाने कोसळणार नाहीत का? सहज आणि सतत येणारा पैशाचा प्रवाह आत्यंतिक अनुकूलतेचे नवे भोवरे निर्माण करत आहे. मान्य आहे, सुखात तिळभर कमतरता न ठेवणाऱ्या साऱ्या पर्यायी सौख्ययंत्रणा तयार आहेत; परंतु त्या सगळ्याच उपलब्ध करून देऊन मुलांच्या आयुष्याची घरं वाळूत बांधायची का?

खलील जिब्रानच्या ओळी इथे बोलक्या होतात. ते म्हणतात, ''तुमची मुले ही तुमची नसतात. जीवनाला जगण्याची इच्छा होते, म्हणून मुले आणि मुली जन्म घेतात. ते तुमच्यामधून जन्म घेतात; पण तुमच्यासाठी तुमच्याकडून जन्म घेत नाहीत. तुम्ही त्यांना प्रेम देऊ शकता; पण तुमचे विचार देऊ शकत नाही. कारण प्रत्येक जीव आपली स्वतंत्र विचारधारा घेऊनच या जगात येतो.''

***

मोक्षाच्या ओंजळीत दडलेला 'प्रकाश'

५०

माणसाला मृत्यू कळत नसला, तरी मृत्यू झाल्यानंतर त्या शरीराची विल्हेवाट करायची असते, हे कळतं. जिवंतपणी असलेल्या शरीराची 'बॉडी' होते. जिवंतपणी माणूस म्हणून जगणारा, जात, धर्म, पंथ यांचा उल्लेख करत माणूसपणाला विभागत स्वत:च्या पायांखाली एक गोल करत 'विश्व-विश्व' असा खेळ खेळत जगतो. निसर्गाने दिलेल्या मनुष्यजन्माचा तो खऱ्या अर्थाने उपयोग करतो का? समाज विभागलेला ठेवणे, एवढेच त्याला जमले. अनेक वर्षांपासून शिजत ठेवलेल्या जात, धर्म, पंथाच्या युद्धाचं भांडं उकळी फुटून उतरवेपर्यंत अपरिमित हानी झालेली असते. मग 'शांती-शांती' करणारे चार चेहरे ब्रेकिंग न्यूजमध्ये झळकतात. निरागसांचे निर्जीव चेहरे घरातल्या काचेच्या पडद्यावर दाखवतात. समाजाचे पालकत्व स्वीकारण्याची पात्रता नसलेले खुर्चीत बसून राजकारण

शिजवतात. सामाजिक वेदनेचा ठणका त्यांना कधीच लागत नाही. माणूस म्हणजे संवेदनशील, करुणाकर सजीव नसून, फक्त 'उपभोक्ते'च आहेत, हे पुनः पुन्हा सांगून माणसाचं रानटी जनावर तयार करण्याचं षड्‌यंत्र आखतात.

परंतु, या सगळ्या गदारोळात पूर्वेचे अंकुर अपूर्वाईच्या कांचनसंध्येत कल्पतरू करायला प्रकाश मिरकुटेसारखा माणूस वैयक्तिक संदर्भाचे हेलकावे बाजूला ठेवत अपरिचित बेवारस लोकांचा मृत्यूनंतर श्रद्धापूर्वक अंतिम संस्कार करतो. दुर्धर आजारामुळे, म्हातारपणामुळे, अपघातांमुळे मरण पावलेल्या बेवारस मृतदेहांचा अंत्यविधी करतो. वास्तविक, कुठलीच व्यक्ती बेवारस नसते. पुरुष कुणाचा ना कुणाचा मुलगा, भाऊ, बाप वा पती असतोच; किंवा स्त्री ही कुणाची ना कुणाची मुलगी, बहीण, आई किंवा पत्नी असतेच. परंतु, काही महाभाग मृत्यूनंतर अंत्यसंस्कार न करता मृतदेहांना बेवारस स्थितीत सोडून देतात. नंतर पोलीस त्या मृतदेहाची ओळख पटत नाही, हे सांगून पंचनामा करून त्याला बेवारस घोषित करतात. त्या मृतदेहाचे पोस्टमार्टेम करून एखाद्या स्वीपरच्या हाताने त्याची विल्हेवाट लावण्याला नागपुरात तरी बंधन घातलं आहे, ते प्रकाश मिरकुटे यांनी.

त्यांनी 'मुक्ती श्रद्धांजली कल्याणकारी सेवा संस्था' स्थापन केली. ते म्हणतात, "आता मृत्यूनंतर कुणीच बेवारस म्हणवलं जाणार नाही; किंवा लावारिस म्हणवलं जाणार नाही. आम्ही आहेत नं, त्यांचे अंत्यसंसकार करणारे वारस!" निर्मळ करुणेने अजिंक्य ठरलेला हा प्रकाश सर्व जीवांचे आर्त झालेल्या प्रश्नांचे उत्तर आहे. इतरांचे वस्त्र शिवून शिंप्याचे काम करणारा प्रकाश मिरकुटे डॉक्टरांनी पोस्टमार्टेममध्ये शिवलेल्या मृतदेहांचं तर्पण करतो. मिटलेल्या बेवारस ज्योतींना तेवत्या करणारा हा प्रकाश बेवारस मृतांवर श्रद्धापूर्वक अंत्यसंस्कार करणे ही आपली साधना समजतो. तो एवढ्यावरच थांबत नाही; तर सर्वपितृमोक्ष अमावास्येला अंत्यसंस्कार केलेल्यांच्या मोक्षार्थ पिंडदान करून गोरगरिबांना अन्नदानही करतो. आपली बायको मेल्यानंतर स्वतःचं सौख्य आणि दुःख हेही स्वतःचं उरलं नसताना विश्वात्मक झालेला प्रकाश नावाप्रमाणेच प्रकाश आहे. मेवाडच्या पूरग्रस्त लोकांची झालेली जीवहानी ही प्रकाशची प्रेरणा. फुलांच्या गंधांच्या छटा वेगळ्याच न् त्यातून निर्माण होणाऱ्या भावभावनांचा मोहर तर खास दिवसाच्या विशिष्ट प्रहरासाठीच; परंतु हा प्रकाश त्या फुलांचा मोहर अन् गंध पसरवतो बेवारस मृतदेहांवर.

बेवारस मृतदेहही तब्बल सहा दिवसांनंतर मिळतो. पोलिसांना मृतदेह

मिळाल्यानंतर तो पोस्टमार्टेमला पाठवला जातो. मग नातेवाइकांची वाट पाहण्यात किंवा तपास करण्यात दिवस निघून जातात. कुजलेला दर्प येणाऱ्या मृतदेहांवर अंत्यविधी करणे तसे जोखमीचे. आता तर पोलीसच प्रकाश मिरकुटेंना पत्र देऊन बेवारस मृतदेहांवर अंत्यविधीकरता बोलावतात.

प्रकाश म्हणाले, ''तीन महिन्यांत तीनशे मृतदेहांवर अंत्यसंस्कार करताना आमची दमछाक झाली होती.''

मानवी आरोग्य, पर्यावरणप्रदूषण, स्वच्छता आणि सामाजिक दायित्व याचे भान ठेवून समाजाची जबाबदारी स्वत:च्या खांद्यावर पेलण्यासाठी तुषार खटी, सुरेश काळेंसारखे समाजसेवक त्यांच्या दिमतीला असतात. अपार कष्टानं आयुष्याचे विणकाम करणारे हात मोक्षाच्या ओंजळीत दडलेले अवकाश समजून घेतात. शरीराच्या टरफलापलीकडे आत एक दाणा असतो. त्या दाण्याला समजून घेणारी ही दाणेदार माणसं समाजाचा कणा होतात. या कर्मयोगी दाणेदार माणसांच्या कर्मांचे दाणे हृदयात अलगद पेरले तर... हजार वर्षांनी नर्गीस नावाच्या झाडाला एकदाच फूल येतं. ती रडते, अशी फुलं वारंवार का येत नाहीत, म्हणून.

हजारों साल नर्गीस अपनी
बेनूरी पे रोती है
बडी मुश्कील से होता है
चमन में दीदार पैदा...

✳✳✳

www.ingramcontent.com/pod-product-compliance
Lightning Source LLC
Chambersburg PA
CBHW031203260626
47169CB00004B/1227